தெங்கு

பின்னி மோசஸ்

டிஸ்கவரி புக் பேலஸ்

கே.கே.நகர் மேற்கு, சென்னை - 600 078.
(பாண்டிச்சேரி கெஸ்ட் ஹவுஸ் அருகில்)
Ph: 044-6515 7525 Mobile: +91 87545 07070

தெங்கு (சிறுகதைகள்)
ஆசிரியர்: பின்னி மோசஸ்©

Thengu (Short Stories)
Author: Binny Moses©

Discovery Book Palace First Edition: June - 2016
Pages: 136
ISBN: 978-93-84301-53-8
Cover design: Manikandan
Book Design: R.Prakash

Discovery Book Palace (P) Ltd,
6, Mahaveer Complex, Munusamy Salai,
K.K.Nagar West, Chennai-600 078.
Ph: +91 - 44-6515 7525
Mobile: +91 87545 07070

E-mail: discoverybookpalace@gmail.com,
Website: www.discoverybookpalace.com

Rs. 110

வாழ்வின் பலி பீடத்தில்
தன்னை தானே படையலிட்ட...
நண்பன் **கணபதி** க்கு

நன்றி...

ஸ்டீபன்
பிரேம் குமார்
ஜெயபாரதி
ஜெய குமார்
பினு பாலன்
நாகேந்திரன் வேலுச்சாமி
க்ளாசிக் ஸ்டுடியோ – சீனு – அர்ஜுன்
நளன்

கயிறிழந்த கழை கூத்து

கவிஞர் நரன் – க்கு நன்றி சொல்லி இந்த உரையை தொடங்குவதே நேர்மையாக இருக்கும். இந்த தொகுப்பின் இரண்டாம் பதிப்பை குறித்து எந்தவித எண்ணமும் முயற்சியும் இல்லாமலிருந்த வேளையில்தான், அவர் வேடியப்பன் அவர்களிடம் பரிந்துரைத்த பின் என்னிடம் வந்து பகிர்ந்து கொண்டார்.

நன்றி நரன் – நன்றி வேடியப்பன்

2007 – ஆம் ஆண்டு முதல் நூலாக 'தெங்கு' வெளி வந்ததிலிருந்து, இரண்டாம் பதிப்பாக இப்போது '2015' வெளி வருகிற இடைப்பட்ட காலத்தை திரும்பிப் பார்க்க வேண்டிய தருணம் இது.

இந்த இடைப்பட்ட காலத்தில் 'நடுங்கும் கடவுளின் கரங்களிலிருந்து', 'மேக்தலீனா' என்று இரண்டு கவிதை தொகுப்புகள் வெளியாகியிருக்கிறது.

திரை துறையில் உதவி இயக்குநராக இருந்தவன், துணை இயக்குநராகி, இணை இயக்குநராகி, இப்போது இயக்குநர் அவதாரம் பூசிக்கொள்வதற்காக கதகளி ஆடிக்கொண்டிருக்கிறேன்.

திரையில் விரிவதென்னவோ வர்ண ஜாலம்தான்...

திரை மறைவு இருளிலல்லவா பிசாசுகளின் நர்த்தனம்!

கழை கூத்தாடியின் கால்களுக்கு கீழே கயிறு நழுவிப் போன பின்னும், தனக்குத் தானே வித்தை காட்டி உயிர் தக்க வைத்த வேடிக்கை காலமிது.

மிதித்து மிதித்து உள்ளே பதுக்கிய காமமும், வெடித்து வெடித்து வெளியேறிப் பாயும் கோபமும் கை கோர்த்து திங்கு திங்கென்று வெறியாட்டம் ஆடிய நாள்கள்.

குரங்காட்டி வித்தைக்காரனுக்கு கொஞ்சமும் சளைக்காமல் யார் யாரிடமோ பொருளேந்தி குறுகிய பொற்காலம்.

என்னவொரு இனிப்பு பேய் கரும்பில்?!

மூளி புலம்புகிறாளென்று மூதேவிக்கு மோட்சமொன்றுமில்லை... மகுடி தொலையாதவரை பாம்பாட்டிக்கு பயமுமில்லை.

பதிவின் பொருட்டு மட்டுமே இவை பகிரப்படுகிறது.

அன்பே சிவமென்று...
லி.பின்னி மோசஸ்
31, டிசம்பர் 2015.

செல்பேசி: 9176887929
மின்னஞ்சல் : binnymoses@gmail.com

திசைகளற்ற திசையிலிருந்து...

திசைகளற்ற வெளியில் நிற்கிற திக்கற்றவனைப் போல, எங்கிருந்து தொடங்கி, எதுவரை சென்று, எப்படி முடிப்பதென்பதிலிருந்தே சிறுகதையின் விளையாட்டு ஆரம்பமாகிறது.

காலம் சுவாசித்தது போக மீதமிருக்கும் காற்றிலிருந்து சுவாசம் கொண்டு, தன் கதைப் பரப்பில் தன்னை மறைத்துக்கொள்வதில் வெற்றி காண்பவனே கதை சொல்லி.

தினசரி வாழ்வில் நாம் செல்லுமிடமெங்கும் காணும் ஆதரவற்றவர்கள், பிச்சையெடுப்பவர்கள், உடல் ஊனமுற்றவர்கள், உடல் விற்று பிழைக்கிற சாலையோர பாலியல் தொழிலாளி, வாழ்வும் வீடும் தன் விழி முன்னே சரிந்து வீழ்வதைப் பார்த்துக் திகைத்து நிற்கிற முதியவர் மற்றும் இளம்பருவத்து வகுப்பாசிரியர் என விரிகிறது இவரது கதைப்பரப்பு.

மிக எளிமையாக, மென்மைக்கே உரித்த வேகத்தில், நகரும் நீரோடையின் தெளிந்த முகத்தைப் போல, கதைப்பரப்பின் நீளம் மெல்ல மெல்ல விரிகிறது. அவற்றிற்குள் பாசாங்கற்ற சொற்களும் உடல் மொழிகளும் விரவிக் கிடக்கின்றன.

“பொழப்புக்கு வேற வழியேயில்லாம, புள்ளைங்க பட்டினி பொறுக்காம’, ‘அட வயசானா கருவாடு... செத்தா சுடுகாடுண்ணு’ மனச கொன்னுட்டு படுக்க ஆரம்பிச்சது... இப்ப பாயச் சுருட்ட முடியல.”

“சவமாக் கெடந்தாலும் சிரிப்பு வரும்.”

“ஒவ்வொருத்தங் கதையும் தனித்தனி... ஒடம்புத் தோல்ல ரோமக் காலளவும் மிச்சமில்லாம, ஊர்பட்டவன் இரத்தமெல்லாம் வழிஞ்சு உறையிது.”

எவ்வளவு காலம் தனித்திருந்து நாம் யோசித்தாலும் பெற முடியாத இயல்பான சொல்வழக்குகள், நேர்த்தியாக புறாக்கள் அலகால் இடறி உட்கொள்ளும் தானியங்களைப் போல இறைந்து கிடக்கிறது.

வழி தவறிப் போன வாழ்வும், தகப்பனிடம் வசவும் அடியும் வாங்கி அலுப்புற்று வீட்டைவிட்டு ஓடிவந்த தவிப்பும், வந்த இடத்தில் இடம், உணவு தேடி ஏங்கி, வந்து போவோரிடமெல்லாம் சொல்லடி ஏற்று, நிதானமிழந்த பேச்சை வீசி, அடி உதைபடும் மனோபாவமானது கனமானது அச்சமூட்டுகிறது.

அடிவயிற்றையும் நிரப்ப முடியாமல் ஓட, ஓட தொடர்ந்து துரத்தும் அன்றாட வாழ்வின் சாபமாகவே இத் தொகுப்பு நீள்கிறது.

இந்தத் தொகுப்பில் தெங்கு, காத்தாடி, கருவேல காண்டம் என மூன்று கதைகள் இவரது திசையை அழுத்தமாக நிலை நிறுத்துகின்றன.

மிக மிகச் சாதாரணமான சம்பவங்களாலும் செய்திகளாலும் புனையப்பட்டிருக்கும் ஓரிரு கதைகள் சிறு கதையின் எல்லைக்குள் இல்லா விட்டாலுங்கூட... ‘பின்னி’யின் முதல் தொகுப்பு இது என கூற முடியாதபடி நிறைவைத் தருகிறது.

கே.சி.செந்தில் குமார்

31, டிசம்பர் 2007

உள்ளே...

1. கருவேல காண்டம் — 13
2. பக்கத்து இருக்கை — 24
3. வேகாத நஞ்சு — 33
4. வழக்கம்போல் நாளையும் — 42
5. திக்கு வாய் பிசாசு — 48
6. ஆமை — 59
7. காக்கி வெளக்கு — 72
8. காத்தாடி — 82
9. தெங்கு — 96
10. மெழ்சி டீச்சர் — 127

கருவேல காண்டம்

என்னவோ அனக்கம் கேட்டு பாய்லேந்து நிமிந்து கண்ணத் திருமிக்கிட்டே வெளிய பாத்தா... 'அடக் கருமாந்திரமே இருட்டிக் கெடக்கே', சொவத்தில கெடியாரம் எட்டரைங்கிது.

'சவம் இண்ணைய தொழிலு போச்சா?' கொஞ்ச நாளாச்சு, கைக்கு மீறி நாலு காசு பாத்து.

'தூக்கமென்ன தூக்கம், கும்பகர்ணக் கழுத கணக்கா?'

'நா என்ன பண்ணட்டும்?' இராத்திரி பூரா கரடி, கொரங்கு,கூமுட்ட கூடயெல்லாம் படுத்து பெரண்டு, கல்லு மண்ணிண்ணு கெடந்து அடிபடுறப்ப...

பவலானா ஒடம்பு திகு,திகுண்ணு தீப்பற்றி எரியிது. தீப்புண்ணில ஆணி வெச்சுக் குத்துற மாதிரி உசிரப்புடுங்கிற வலியும்... தடித்தடியா இரத்தக் கட்டியும்!

'கர்மம், செத்தொழிஞ்சு போயிருலாமா? செத்துட்டா?'. வெளித் திண்ணைல பாத்தா வீதியப் பாக்க ஒண்ணு ஒக்காந்திருக்கு.

"எல கதிரேசா"ண்ணா பதிலுக்கு "ம்"ண்ணு ஒரு மொனக. வேற யாரு... எங் குலக்கொழுந்துதேன். தடிக்கழுத படிப்பயும் நிறுத்திப்புட்டு பதினாறு வயசிலேயே பீடி சாராயம்ணு வெம்பி வெடிச்சுத் திரியிது. "கம்மாக் கரையிலயும் வயக்காட்லயும் கெடந்து உருளுது... ஷோக்காத்தான் பெத்துருக்கடி புள்ளைய"ண்ணு எவளாச்சும் சொல்லி சிரிச்சிட்டுப் போறாளுவ... அவளுக சிரிப்பில சாணியக் கரைச்சு ஊத்த. பாயச் சுருட்டி மூலைல எறிஞ்சுக்கிட்டு, அரக்கப்பரக்க கொல்லைக்கு ஓடியாந்து, அண்டால ரொப்பி வெச்சிருக்கிற தண்ணிய மொண்டு தலைக்கு ஊத்திக்கிட்டு சோப்பத் தேடினா... எழவு அகப்படல்ல.

'இண்ணைக்கின்னு பாத்து இது வேறயா?'

“நல்லா மணக்கிற சோப்பா குடு”ண்ணு தங்கப்பன் கடையில கேட்டப்ப, “இந்தா... இது ஆளத் தூக்கும்”ணு சொல்லிக்கிட்டே ஒரு கட்டியத் தூக்கி முன்னாடி வெச்சுகிட்டு, கண்ணாடிப்புட்டியில சாய்ஞ்சிருந்த எம் மொலைல ஒரு அமுக்கு. அதுல அவனுக்கொரு சந்தோஷம்...

“சோப்பு காசு சரியாப் போச்சு”ண்ணா, அவம் பதற்றத்தப் பாக்கணுமே!

‘இதென்ன பொறம்போக்குப் புளியமரமா... ஓசியில உலுக்கிறதுக்கு?’

பதினஞ்சு ரூவா சோப்ப வாங்கியாந்து கொல்லக் கூரை வாரியில சொருகி வெச்சா... இப்ப சவத்தக் காணம். கிறுக்கு புடிக்கிது. அங்க இங்கண்ணு வாரியப் பிய்ச்சுப் போட்டா என்னமோ கால்ல விழுது.

ஆங்... கெடச்சிட்டுது. அவசரத்தில அண்டாவுக்குள்ள கை போகாதாம்.

மொடக், மொடக்கிண்ணு தண்ணிய மொண்டு ஊத்திக்கிட்டு, சோப்ப கவரை பிய்ச்சுப் போட்டு, தண்ணில முக்கி தேய்ச்சாக்க...

‘என்னமா மணக்கிது?’

‘மணக்கணும், நல்லா மணக்கணும் செறுக்கி மவ நானா அவளாண்ணு பாத்துப்புடணும்.’

வயித்துக்கும் வாய்க்கும் படி அரிசிக்குப் பஞ்சமில்லாம ஒரு மாசம் முந்திவரைக்கும் தொழிலு நல்லாத்தேன் இருந்துது... இப்ப அப்பிடியே மக்கடிச்சுப் போச்சு.

அசலூர்லேந்து மொளச்சிருக்காபுதுசா ஒருத்தி. பைபாஸ் ரோட்ல எனக்கு முன்னாடியே புளியமரத்தடியில வந்து நின்னு எல்லா லாறிக்காரனுவளையும் மறிச்சுப் போட்டுட்டா செறுக்கி.

மப்பும் மந்தாரமுமா, மடிப்பும் அதுவுமா மசமசண்ணு இருக்காளாம்!

எல்லா லாறிக்காரனுவளும் அவ மரத்தடியில வரிசையா நிக்கிறப்ப... தல பொளக்கிற அவசரத்தில வர்றவனுங்க மட்டுந்தேன் எம் பக்கமா வர்றான்.

எல்லாவனுக்கும் இப்ப என்னைய “சீ”ண்ணு ஆகிப்போச்சு.

“அவளுக்கு சீக்கு”ண்ணு கோள் மூட்டிப் பாத்தாச்சு. எவங் கேக்கிறான்... இப்ப, அவ என்னை வெரட்டாம இருந்தாப் போதும்ணு நிலம கெடக்கு.

‘பரதேசிப் பயலுவ, அவகிட்ட அப்பிடி என்னதாங் கண்டானுவளோ?’

‘எங்கிட்ட மட்டும் என்னத்த இருக்காம்?’ காய்ஞ்ச சுள்ளில ஒரசி, ஒரசி அவனுவளுக்கும் அலுத்துப்போச்சு. பழகின தோசத்த வெச்சுக்கிட்டு அந்த நல்லக்கண்ணு கெழம் மட்டும் தப்பாம வந்து போகுது. ‘இந்த கெழத்துக்கு இன்னும் ஆசை அடங்காததப் பாரு...’ ஆனாலும், நல்ல தெம்புதேன்...

அது கூட நேத்து கேட்டிச்சு, “நீயும் இருக்கியே சோளக் கம்பாட்டம்”ணு.

இதுவும் அவகிட்ட போய் வந்திருக்கு போல... ஓங்கி ஒண்ணு குடுக்கலாம்னு வந்திச்சு. அப்புறம் கெழம் சும்மா விடாது. பிரேக் கட்டை மாதிரி, போட்டு மிதிச்சுப்புடும்.

மஞ்சள ஒரசி தேச்சுக்கிட்டு, சட்டுபுட்டுண்ணு தண்ணி மொண்டு ஊத்தி, தலைய துவட்டிக்கிட்டு வந்தா... பராக்கு பாத்துகிட்டு திண்ணைலயே உக்காந்திருக்கான் கதிரேசு.

திரும்பிப் பாக்காமலே ரவுசா கேக்கிறான், “ந்தா, ஒரு அம்பது ரூவா குடு.”

வேகு வேகுண்ணு ஏறிப்போச்சு. “மசிராண்டி... பொலிகாள கணக்கா வளத்து விட்டாச்சு... எங்கயாச்சும் செங்கச் சூளைலயோ, கொத்தனார்கூடயோ வேலை செஞ்சு சம்பாரிச்சுக்கோ.” கொஞ்ச நாளாவே யோசிச்சிட்டிருந்ததக் கவுத்துக் கொட்டிட்டேன்.

திரும்பி மொற மொறண்ணு மொறைக்கிறான். “நீ அப்பிடித்தான் சம்பாரிக்கிறியா”ண்ணு கேட்டுப்புடுவானோ?

படக்கிண்ணு திரும்பி வீட்டுக்குள்ள வந்திடுறேன்.

பொங்கலுக்கு சர்க்கார் குடுத்த கதர் சேலைய, காஞ்சிபுரமா வரிஞ்சுக்கிட்டு...ஸ்டிக்கர் பொட்டைத் தேடி எடுத்து ஒட்டி... சந்தேல வாங்கின கிழங்கு மாவுப் பவுடற முக்கால் இஞ்சுக்கு அப்பிக்கிட்டு...

‘அழகாத்தேன் இருக்கேனா?’. மதியத்தில கோத்து வெச்ச மல்லிச் சரத்த கொண்டேல வெச்சு... பின்னச் சொருகி... ம், ஆளத் தூக்கியடிக்கிது வாசம்...

அந்த 'சிவலோகம்' டெம்போ டிரைவரு சண்முகம் இண்ணைக்கு அகப்படுவானா? பாத்து நாளாச்சு. மல்லிச்சரம்ணா அவனுக்கு அப்படியொரு கெறக்கம். அவம் மடியில மட்டுந்தேன் நானா துணிஞ்சு சத்த நேரம் தலை வெச்சுப் படுக்கிறது... அவனுக்குந் தெரியாம கண்ணீர்விடுறது...

மரத்துப்போன ஒடம்பில அவங் கை படுறப்ப ஒரு கூறுகெட்ட குறுகுறுப்பு! 'அதென்ன எழவோ?'

போறப்ப, கணக்குப் பாக்காம பத்தோ இருபதோ போட்டுக் குடுப்பான்.

'விர்'ரிண்ணு கெளம்பி வீட்லேந்து வெளியே வந்தா, குச்சிய வெச்சு திண்ணைல குத்திகிட்டே உக்காந்திருக்கான் கதிரேசு.

"ந்தா... கேக்கிறன் இல்ல... காதில விழல? அம்பது ரூவா குடுத்துட்டுப் போ"

"த்தூ"ண்ணு துப்பிட்டு பர்ஸ தெறந்து ஒரு இருபது ரூவாத் தாள அவம் முன்னாடி விட்டெறிஞ்சேன்.

"ந்தா... இது பத்தாது"ண்ணு அவம் பெணாத்திறத கேக்காம விறு விறுண்ணு நடக்க ஆரம்பிக்கிறேன். வெட்ட வெளில எங்க பாத்தாலும் பொட்டு வெளிச்சங்கூட இல்லாம காக்கை இருட்டு. பைபாஸ் ரோட்டுக்கு போணும்ணா

ரண்டு மைல் நடக்கணும் – `அதுக்கென்ன இப்ப?'

கதிரேசு அப்பன், கழுத்தில தாலிய முடிஞ்சப்ப எல்லாம் சொகமாத்தான் தொடங்கிச்சு. உழைச்சு சம்பாரிச்சு பசியாறச் சோறும் போட்டு, உடுக்கத் துணிமணி, சினிமாக் கொட்டகை, ஊர்த் திருவிழாவுக்கு ராட்டினம்ணு குற்றாலச் சாரல் மாதிரி குளுகுளுண்ணு கொஞ்ச நா போச்சு.

எந்த மகராசியோட கொள்ளிக்கண்ணு பாய்ஞ்சுதோ... கதிரேசு பொறந்து, அதுக்கடுத்து பொண்ணு கலா, அதுக்கடுத்த சின்னவன் வெங்கடேசுண்ணு மூணு புள்ளைய இழுத்து வெளிய போட்டதுக்கப்பறம், தாலி கட்டின தறுதலைக்கு நாய்ப்புத்தி ஏறிக்கிச்சு.

கண்டகண்ட எடங்கள்ல நக்கித் திரிஞ்சது ஒரு நா ஊர்த்திருவிழாக்கு, கூத்து கட்ட வந்தவளோட ஓடியே போச்சு... இப்ப, அப்பனுக்குத் தப்பாம தலைப்புள்ள...

அப்ப இந்த பொட்டக்காட்டில மூணு புள்ளைய வச்சிக்கிட்டு, வாய்லயும் வயித்திலயும் அடிச்சுகிட்டு, அம்மா தாயேண்ணு

அலைஞ்சு திரிஞ்சப்ப, என்ன ஏதிண்ணு கேக்க எந்த நாயும் வரல. இப்ப என்னவோ காணாததக் கண்ட மாதிரி, பொத்திப்பொத்திச் சிரிக்கிறாளுக.

பொழப்புக்கு வேற வழியேயில்லாம, புள்ளைங்க பட்டினி பொறுக்காம, 'அட வயசானா கருவாடு... செத்தா சுடுகாடு' ண்ணு மனசக் கொன்னுட்டு படுக்க ஆரம்பிச்சது... இப்ப பாய சுருட்ட முடியல.

அஞ்சுபத்து தேத்தி செல்லமே, வெல்லமேண்ணு வளத்த புள்ள 'அம்மா'ண்ணு கூப்பிட்டு அஞ்சாறு வருஷமாச்சு. தப்பித்தவறி எதுவாச்சும் கேக்கணும்ணா 'இந்தா' 'அந்தா'ங்கிது. விட்டுத்தள்ளு... பெத்த புள்ளையே ஏண்டி தேவிடியாண்ணு கூப்பிடாம இருந்தாச் சரி!

'இந்த கங்காட்சியெல்லாம் நீங்க பாக்க வேண்டாம்ணு' அடுத்ததுங்க ரெண்டையும் தூரமா மதுரைல தங்கச்சி வீட்ல கொண்டுபோய் விட்டிருக்கேன். புக்கு, பீஸ்ணு போட்டுத் தாளிச்சாலும், ரெண்டும் நல்லா படிக்கிதுங்கிறதுதேன் இந்த வெந்த கட்டைக்கு கெடைக்கிற அற்ப சந்தோசம்.

"ம்ஹூம்"ணு பெருமூச்சு விட்டுக்கிட்டே வேகமா நடந்தா, "அம்மோவ்!" 'இதென்ன கால்ல நுழைஞ்சிது?'

தடவிப் பாத்தா கருவேல முள்ளு. பிடுங்கி எறிஞ்சா கை முழுக்க இரத்தம், பிசு பிசுண்ணு...

'விண் விண்'ணிண்ணு உசிரப் புடுங்கிற வலியோட ரோட்டுக்கு வந்து வழக்கமா நிக்கிற புளிய மரத்தடியில உக்காந்தா அசதியா இருக்கு. வர்றவனுங்க எல்லாம் மரக்கட்ட மாதிரி உருட்டியும் பெரட்டியும் போட்டு, கோடாரி வெச்சு பொளந்துகிட்டு போயிடுறானுங்க... அவனுங்களுக்கென்ன?"

அதிலயும், அந்தப் பரமசிவம் பொறந்ததிலேந்து தண்ணியப் பாத்திருக்கவே மாட்டான். வாய் நெறைய வெத்திலை பாக்கிண்ணு கொதப்பிகிட்டே வருவான் – குப்புண்ணு சாராய வாடை கூடவே வரும். 'பெரிய இவுரு' கணக்கா நாத்தம் புடிச்ச தாடியோட, அந்த சாக்கடை மூஞ்சிய வெச்சு எம் மொகத்தில ஒராசுவான்.

ஆரம்பத்தில கொஞ்ச நா உவ்வேண்ணு வந்திது. இப்ப பழகிப் போச்சு.

வந்த புதுசில அசலூர்லேந்து ஒருத்தன் ஆட்டோல வந்து கூப்பிட்டான். நல்ல பார்ட்டியா மாட்டிக்கிச்சு, சுளையா எதாவது

கெடைக்கும்ணு போனா... ஒரு பாழடைஞ்ச சத்திரத்தில திமு திமுண்ணு ஆறேழு தடியனுங்க.

பிராந்தி பாட்டில், பீடி, சிகரெட், சீட்டுக்கட்டுண்ணு எடமே கந்த கோலமா கெடக்கு. ஒவ்வொருத்தனும் உருட்டி மொறச்சு பாக்கிறப்ப, பயந்து பின் காலெடுத்து வச்சா...

பிடிச்சிழுத்து, ஒருத்தன் மாத்தி ஒருத்தன், மறுபடி மாத்தி மறுபடிண்ணு விடியிறவரைக்கும் எழும்ப விடல.

இரத்தக் களமா ஆயிப்போச்சு.

காசு குடுங்கண்ணு கேட்டப்ப, புடவையை உருவி ஒருத்தன் தீக்குச்சியக் கிழிச்சுப் போட்றான். எரியிற புடவையை பாத்துகிட்டு குய்யோ முறையோண்ணு கத்தினா... “ஓடுறி தேவிடியா முண்ட”ண்ணு ஒருத்தம் புட்டத்தில உதைச்சான்.

பாவாடை ஜாக்கெட்டோட வீட்ல வந்து விழுந்தவ, ஜன்னி வெட்டு வந்து ரெண்டு வாரம் எழும்பல.

இந்தத் தொழில விட்டுத் தொலைச்சிரணும்ணு, பல்லக் கடிச்சிக்கிட்டு கொஞ்ச நா பட்டினியாவும் போச்சு, ‘பழைய குருடி கதவத் தெறடிண்ணு திரும்பியும் வந்தாச்சு’.

இப்ப லாறிக்காரனுங்க கூப்பிட்டா மட்டுந்தேன். சமயத்துல ரெண்டோ மூணோ சேந்து வந்தாலும் கரைச்சல் இல்ல.

பக்கத்திலேயே ஒக்காந்து பீடி புடிச்சிக்கிட்டே ஒருத்தன் “முடிஞ்சுதா?”ண்ணு கேப்பான்.

எம் மேல, முக்கி மொனகிக்கிட்டிருக்கவன் , மே மூச்சு கீ மூச்சு வாங்க “இந்தா ஆயிருச்சும்பான்.”

சவமாக் கெடந்தாலும் சிரிப்பு வரும்.

எண்ணைக்காச்சும் ஒரு தடவ எட்டிப் பாக்கிற ஞானமுத்தன் கூத்து பெருங்கூத்து. “அ...உ...அய்யோ”ண்ணு அவனுக்கு சவுண்ட் எஃபக்ட் குடுக்கணும். ‘அடச்சீ’ ண்ணு சத்தத்த நிறுத்திப்புட்டா உடுக்க மேளத்த நிறுத்தினா ‘சடக்’குண்ணு அடங்கிப்போற சாமியாட்டக்காரம் மாதிரி இவனும் பட்டுண்ணு ஆட்டத்த நிறுத்திப்புடுவான். அப்புறம் மொத கட்டத்திலேந்து மறுபடி ‘சடுகுடு’ங்கணும்.

‘இந்தச் சள்ளையே வேண்டாம்... சனியன் சீக்கிரம் விட்டுத் தொலைஞ்சா போதும்’ணு நானும் ஆட்டத்த தொடங்கினதுமே “ஆ... ஈ...ஊ... ஓ”ண்ணு ஊளச்சத்தமா போட்டு வெப்பேன்... கருவேலங்காடே கண் பொத்திச் சிரிக்கும்!

செல்லத்துரை டிரைவர் தள்ளாடிகிட்டே வந்து லுங்கியக் கழற்றினாண்ணா அப்பிடியொரு வீச்சம்... அந்தச் சீரோட அவனுக்கு "ஆ"ங்கணும். மறுநா சாப்பிடுறப்ப அந்த நெனப்பு வரக்கூடாதேண்ணு மாரியாத்தாளக் கும்பிட்டுக்கிட்டே இருக்கும் மனசு.

ஒவ்வொருத்தங் கதையும் தனித் தனி. ஒடம்புத் தோல்ல ரோமக் காலளவும் மிச்சமில்லாம ஊர்பட்டவன் ரத்தமெல்லாம் வழிஞ்சு உறையிது.

நல்ல வேளையா படைச்ச சாமி மூக்குத் துவாரத்த சிறுசா வெச்சிருக்கான்.

அங்க வலி, இங்க புண்ணிண்ணு மாசா மாசம் டவுண் டாக்டர்கிட்ட நூறு இருநூறு கப்பங் கட்டிக்கிட்டிருக்கேன். மொத மொற அந்த டாக்டர்கிட்ட போனப்ப, முந்தானத்தலப்பால மூஞ்சிய மறைச்சிக்கிட்டேதான் பேரச் சொல்லி சீட்டு வாங்கினேன்.

மலையாளி நர்சுங்க ரெண்டு பேரும் ஒருத்தர ஒருத்தர் பாத்துக்கிட்டு, "க்ளுக்"ண்ணு சிரிச்சாளுங்க. வெளிய ஓடிப்போயிரலாமாண்ணு உள்ளுக்குள்ள புடுங்கினாலும், சேலத்தலப்பச் சுருட்டி வாய்ல அமுக்கிக்கிட்டே பெஞ்சில ஒக்காந்திருக்கேன்.

டாக்டர் வந்து பரிசோதிச்சுப் பாத்து, ரெண்டு பேப்பர் முழுக்க மாத்திரை மருந்துண்ணு கிறுக்கிக் கொடுத்திட்டு "ஒறை போடாம தொழிலுக்குப் போகாதே"ண்ணு கறாரா சொன்னார்.

ஒரு வாரங் கழிச்சு திரும்பி வந்தப்ப, "ஒறை போடாம வரவே மாட்டேண்ணு" வந்தவனுங்க கிட்டயெல்லாம் அடம் புடிச்சுப் பார்த்தேன். 'அடிப்போடி பொலையாடி'ண்ணு ஒரு பயலும் சீந்தல.

'குத்துற ஈட்டிக்கு மாரக் காட்டியாச்சு... இனி ஒறையென்ன கவசமென்ன?'

அப்புறம் புள்ளிராஜா வந்து பூச்சாண்டி காட்டவேதான் எல்லாப் பயலுங்களும் ஒறையுங் கையுமா வண்டிய விட்டுக் குதிக்கிறானுங்க. இப்பல்லாம் சும்மாங்காட்டியும், "ஒறையக் கழற்றுறியா"ண்ணா, உயிரக் கழற்றுங்கிற மாதிரி வெலவெலத்துப் போயிடுறானுங்க!

...என்ன மயித்துக்கு கண்டதையும் நெனச்சுக் கண்ணக் கசக்கிக்கிட்டு ... வண்டி எதையாச்சும் மறிச்சு பொழப்பப்

பின்னி மோசஸ்

பாப்பியாண்ணு மனச பெரட்டிப் போட்டுட்டு, றோட்ல கண்ண வெச்சு, காத்து நிக்கிறேன்.

தொலவிலேந்து ஹெட்லைட் வெளிச்சம் விழவே லாறிதானாண்ணு உத்துப் பாக்கிறேன். தல தெறிக்க வந்தவன் அங்கயே நின்னுப்புட்டானா?

'செறுக்கி மவ மடக்கியிருப்பா... இவளக் கொன்னுரலாமா?' அவளுக்கு முன்னாடி போய் நின்னுரலாம்னு கெளம்பி வந்து இன்னொரு புளியமரத்தடியில நிக்கிறேன். இப்பவும் எவனும் ஏண்ணு கேக்கல.

வண்டிய பிரேக் போட்ட ஒருத்தன் எங்கிட்டேயே கேக்கிறான்,

"அவள எங்க?"

"போடா கம்பி மத்தாப்புண்"ணேன். மொறச்சுப் பாத்திட்டு பொலி போடாம விட்டுட்டுப் போயிட்டான்.

புதுசா வந்த ஒருத்தன், "நல்லா மணக்கிறியே!"ண்ணு கேட்டான் – அடுத்த வாட்டியும் வருவான். மூணோ, நாலோ வந்து போச்சு. யாரு இதையெல்லாம் கணக்கில வெச்சுக்கிறா?

க்ளீனர் முத்தண்ணன் நாளைக்குப் பாக்கலாம்ணு கடன் வெச்சிட்டு போறான். இங்கயும் கடந்தாண்ணா, என்னத்தச் சொல்ல?

கண்ணில அசதி நெளிய, தூக்கம் பெரட்டுது. மணி எப்பிடியும் மூணுக்கு மேல இருக்கும். வீட்டுக்கு நடந்தா பாதி வழியிலேயே விழுந்துருவேண்ணு, அசந்தா எப்பவாச்சும் படுத்துக்கிற பொதர் பக்கத்தில வந்து படுத்துக்கிறேன்... கண்ணு சொருகிப் போச்சு.

யாரோ, எதாலயோ எங் காலத்தட்டவே, "நான் வரல... போய்யாண்ணு" திரும்பி படுத்துக்கிறேன்.

மறுபடி கால்ல மிதிக்கவே, "அடச் சொன்னா கேக்கிறியா"ண்ணு கோவத்தோட கண்ணத் தெறந்தா, எதிர்ல லத்தியுங் கையுமா நின்னுக்கிட்டிருக்காரு போலீஸ் சுப்ரமணி.

வானம் லேசா வெளுத்துக்கிட்டிருக்கு.

லத்தியால கால்ல ஒரு அடி வெச்சுட்டு, "வந்து ஜீப்ல ஏறுடி"ங்குறாரு.

பதறிக்கிட்டு எழும்பினா, றோட்ல 'ஹைவே பேட்ரல்' ஜீப் நிக்கிது. ஜீப் பக்கத்திலேயே நின்னு தங்கராஜ் ஏட்டும் கனகவேல் போலீசும் என்னவோ பேசிக்கிட்டிருக்காங்க.

“சார் போன வாரந்தான், கேஸ் குடுத்தேண்ணா”, “பேசாம வாடிண்ணிட்டு” முன்னாடி நடக்கிறாரு சுப்ரமணி போலீஸ்.

வழக்கமா ரெண்டு மாசம், மூணு மாசத்துக்கொரு தடவ எப்பவாச்சும் இவங்க ரோந்தடிக்கிற வழியில பாத்திட்டா, “நாளைக்கு வந்து கேஸ் குடு”ண்ணு சொல்லிட்டுப் போயிருவாங்க... மத்தபடி எதும் தொந்தரவு பண்றதில்ல.

நானும் ஸ்டேஷன்ல கையெழுத்துப் போட்டுக்கிட்டு, கோர்ட்ல போய் கூண்டில நின்னு “குத்தத்த ஒப்புக்கிருதேண்ணு” ஃபைன கட்டிட்டு வந்திருவேன்.

ஒரு பொம்பள மாஜிஸ்ட்ரேட் இருந்தப்பதேன், “குத்தத்த ஒப்புக்கிருதே”ன்னு நாஞ் சொன்ன தோரணையப் பாத்து “அவ்வளவு தெனாவெட்டா ஒனக்கு... இந்தக் கழுதயத் தூக்கி உள்ள போடு”ண்ணு பதினஞ்சு நாள் ரிமாண்ட்ல போட்டாங்க.

‘இது வேற என்னவோ வில்லங்கந்தான்’ணு அடிவயித்தக் கலக்குது. என்னவோ ஏதோண்ணு நடுங்கிக்கிட்டே ஜீப் பக்கத்தில வந்தா, ஏட்டு தங்கராஜ் ‘ஏறுடி உள்ள’ண்ணு கொத்தா எந் தலை முடியப் புடிச்சு ஜீப்புக்குள்ள தள்றாரு.

உள்ள விழுந்து ஒண்ணும் புரியாம முழிச்சிக்கிட்டு தல தூக்கிப் பாத்தா, பக்கிண்ணு நெஞ்ச அடைக்கிது. வெளிய வானத்தப் பாத்தபடி எதிர்ல உக்காந்திருக்கான் கதிரேசு.

போலீஸ்காரங்கல்லாம் ஏறிக்கவே ஜீப் கெளம்பிரிச்சு. வானம் பாத்துக்கிட்டிருக்கிற கதிரேசு கண்லேர்ந்து சரசரண்ணு தண்ணி ஒழுகிக்கிட்டிருக்க... அவங் கை முட்டிக்கு கீழ உருள, உருளயா லத்தி தடம் பதிஞ்சிருக்கு.

ஒடம்பெல்லாம் ஒதறலெடுக்க, கொரலொடஞ்சு போய் ஏட்டுகிட்ட கேக்கிறேன். “ஐயா... என்ன கேஸூண்ணு சொல்ல மாட்டீங்களா ?”

“ஸ்டேஷனுக்கு வா... இன்ஸ்பெக்டர் சொல்லுவாரு.” திரும்பிப் பாக்காமலே ஏட்டு சொல்றார்.

மேற்கொண்டு எதுவும் கேட்டா அடி விழுந்திருமேண்ணு பயந்துகிட்டு, கதிரேசு மொகத்தையும் பாக்க முடியாம, முந்தானையச் சுருட்டி வாய்ல திணிச்சிக்கிட்டு விம்மிக்கிட்டிருக்கேன்.

ஸ்டேஷன் வாசல்ல ஜீப் வந்து நிக்கிது. ரெண்டு போலிஸ்காரங்க எறங்கி என்னையும் கதிரேசையும் புடிச்சு இழுத்துக்கொண்டு வந்து ஸ்டெஷனுக்குள்ள தள்றாங்க. அங்க பாத்தா சுவரோரமா

சாஞ்சுகிட்டு அந்தச் செறுக்கி மவளும் ஒக்காந்திருக்கா. ஒரு போலீஸ் அவகிட்ட குசுகுசுண்ணு என்னவோ சொல்லிக்கிட்டிருக்காரு.

"அங்க போய் ஒக்காரு"ண்ணு ஏட்டு சொல்லவே, நானும் அவ பக்கத்தில போயி ஒக்கார்றேன்.

"ஒனக்குத் தனியாச் சொல்லணுமோ?" ஏட்டு, கதிரேசப் புடிச்சுத் தள்ளிவிடவே அவனும் எம் பக்கத்தில வந்து விழுறான்.

எதிர்ல ஓரமா போட்டிருக்கிற பெஞ்சில ஒரு பஞ்சாப் தாடிவாலா சிங் ஒக்காந்துகிட்டு என்னையும் அந்த செறுக்கியையும் மாத்தி மாத்தி பாக்கிறான். அவனப் பாத்தா வடக்கேந்து வர்ற லாறி டிரைவராத்தான் தெரியிது. அவம் பக்கத்தில ஒக்காந்திருக்கிற கிளீனரும் அவனுமா இந்தியில என்னென்னவோ பேசிக்கிறாங்க.

தங்கராஜ் ஏட்டு இன்ஸ்பெக்டர் ரூமுக்குள்ள போகவே, பொறுக்க முடியாம அந்த செறுக்கிகிட்டயே கேக்குறேன்,

"என்ன கேசுக்கிண்ணு கூட்டி வந்திருக்காங்க?"

அவ மூக்கச் சீந்திக்கிட்டு வேண்டா வெறுப்போடயே சொல்றா, "இந்த சிங்கோட லாறிய இராத்திரி எவளோ கை காட்டி நிறுத்தினாளாம். சிங்கும் வண்டிய நிறுத்திட்டு எறங்கி வரவே, மூணு நாலு பேராச் சேந்து கழுத்தில கத்திய வச்சு பணம்... ஆர்.சி.புக்கிண்ணு எல்லாத்தையும் சுருட்டிகிட்டு ஓடிட்டாங்களாம்!"

கேட்ட நொடியில சங்க நெரிச்சா மாதிரி கண்ணு பிதுங்கிருச்சு. இருதயம் தடபுடண்ணு அடிச்சுக்க, வேர்த்து வழிஞ்சு வெடவெடத்துப் போய் இருக்கையில, இன்ஸ்பெக்டர் ஐயா வெளிய வந்து நிக்கிறாரு.

என்னையக் காட்டி சிங்குகிட்ட சொல்றாரு, "இவளாண்ணு பாத்து சொல்லுங்க."

சிங் எழும்பி வந்து என்னையும் கதிரேசையும் மாத்தி மாத்தி பாத்துட்டு இன்ஸ்பெக்டர் கிட்டப்போய், இந்தியில என்னவோ சொல்றான்.

"உன்ன மாதிரிதான் இருந்தா... ஆனா இருட்டில சரியாத் தெரியலண்ணு சிங்கு சொல்றான்" தாந் தப்பிச்சோம்கிற நிம்மதியோட செறுக்கி எங்கிட்ட சொல்றா.

வெடிச்சு அழுதுகிட்டே எழும்பி இன்ஸ்பெக்டர் கால்ல போய் விழுந்து கதறுறேன், "ஐயா... அது நானோ எம் புள்ளையோ இல்லீங்க... எங்கள ஒண்ணும் பண்ணிராதீங்கய்யா..."

மலத்த மிதிச்ச மாதிரி அருவருப்போட இன்ஸ்பெக்டர் தங் கால ஒதறிக்கிட்டே சொல்றாரு, “ ஏட்டையா இந்த முண்டையயும் அந்த பயலையும் புடிச்சு உள்ள போடுங்க”

ஏட்டய்யாவும் இன்னும் ரெண்டு போலீஸ்காரங்களும் வந்து என்னையும் கதிரேசனையும், கதறக் கதற இழுத்திட்டுப் போய் ஒரே செல்லுக்குள்ள போடுறாங்க.

கம்பியில தலைய மோதி... மார்ல மார்ல அடிச்சிக்கிட்டு துடிக்கிறேன், “ஐயா, நாந் தேவிடியாதான், ஆனா திருடியில்லீங்கய்யா... ஐயா, நாந் தேவிடியாதான், ஆனா திருடியில்லீங்க”

கதறித் தொவண்டு, சுருண்டு ஒக்காந்தா... என்னைய மொறச்சுப் பார்த்துக்கிட்டே எதிர்ல ஒக்காந்திருக்கான் கதிரேசு.

வேளா வேளைக்கு வந்து, இருக்கிறதக் கொட்டிகிட்டு, எங்கிட்ட எதுவுமே பேசாம, சதா கண்ல கோவத்த காட்டிகிட்டே திரியிற புள்ள...

எதிர்ல ஒக்காந்து என்னையே வெறிக்க வெறிக்கப் பாக்கையில அவனப் பாத்து மொத மொறையா என் ஈரக்கொல நடுங்குது!

பளபளக்கிற அரிவா மாதிரி விசுக் விசுக்கிண்ணு வீசுற அவம் பார்வை தாங்காம, முட்டிக்குள்ள மொகம் பொதைச்சு உசிரப் புடிச்சிக்கிறேன்.

அவங் கண்ணில கொலவெறி துள்ளிக்கிட்டிருக்கு.

பக்கத்து இருக்கை

நாகர்கோயில் பேருந்து நிலையத்தில் டவுன் பஸ்ஸிலிருந்து இறங்கி டிக்கெட் கவுண்டரை நோக்கி விரைந்தேன்.

மாலை ஐந்தரை ஆகிவிட்டது. ஆறு மணிக்கு சென்னைக்கு புறப்படும் பேருந்தை தவறவிடக்கூடாது. தவறிவிட்டால் தாம்பரத்தில் இறங்கி, வீட்டிற்கு சென்று குளித்து முடித்துவிட்டு பள்ளிக்கூடம் செல்ல தாமதமாகிவிடும்.

தமிழாசிரியரான என்னிடம், தலைமை ஆசிரியர் நாக்குப் பிரம்பை சுள்ளென்று வீசுவார்,

“என்ன ஆளுய்யா நீ? ஒரு நாள் விடுப்பு கெடச்சாலும் ஊருக்கு ஓடிப்போயிர்ற?”

டிக்கெட் கவுண்டரில் ஆரஞ்ச் சேலை கட்டிய ஒரு பெண்மணி நின்றுகொண்டு முன் இருக்கைதான் வேண்டுமென்று அடம் பிடித்துக் கொண்டிருந்தாள். இடுப்பு மடிப்பில் எனது பார்வை விழுந்து புரண்டது.

கையில் டூத் பிரஸ்ஸோடு`றீனா’ (மனைவிதான்) கன்னத்தில் இடித்தாள், “அங்க என்ன பார்வை?”

“சார் டிக்கெட் எடுக்கலையா?”, பின்னாலிருந்து ஒருவன் கேட்டபோதுதான், ஆரஞ்ச் சேலைக்காரி எனக்கு முன்னாலிருந்து நகர்ந்திருப்பது புரிந்தது.

சென்னைக்கு டிக்கெட் பதிவு செய்துகொண்டேன்.

“ஜன்னல் பக்கத்து சீட்டா குடுங்க சார்.”

“நம்பர் இருபத்தி ஏழு... ஜன்னல் பக்கத்து சீட்டேதான்”

டிக்கெட்டை பெற்றுக்கொண்டு சென்னை பேருந்தில் ஏறிக்கொண்டேன்.

இரண்டாவது வரிசையில், இருக்கைக்கு மேலே பைகளை பத்திரப்படுத்துகிற பலகையில், ஆரஞ்ச் சேலைக்காரி சூட்கேசை வைத்து தள்ளிக்கொண்டிருந்தாள்.

மறுபடியும் இடுப்புக்குத் தாவிய பார்வையை இழுத்துப் பிடித்துக்கொண்டேன். எந்த 'இடை'வெளியிலும் கொடுக்கை நீட்டிக்கொண்டு நுழைந்துவிடுகிறது மனது.

"அலையிறியேடா தமிழரசு" உள்ளுக்குள்ளிருந்து ரீனா பொருமினாள். போதாததற்கு என் செல்லப்பெண் 'காவ்யா'வேறு பிஞ்சுக் கைகளால் மொத்து மொத்தென்று முதுகில் குத்தினாள்.

எனது இருக்கைக்கு வந்து மேல் பலகையில் சூட்கேசை வைத்து சங்கிலியால் பிணைத்துவிட்டு இருக்கையில் அமர்ந்தேன். முன் பக்கத்து இருக்கைகளும், இடப் பக்கத்து இருக்கையும் காலியாக இருந்தது.

'எந்தப் பிசாசு வந்து குடியேறப்போகிறதோ?' சன்னலுக்கு வெளியே, பேருந்து நிலையத்தில் பூச்செண்டுகளாய் இரண்டு குழந்தைகள் ஓடிப் பிடித்துக்கொண்டிருக்க... ரசித்தேன்.

"கடலமிட்டாய் சார்"

"அடப் போய்யா."

வீட்டிலிருந்து கிளம்பியபோதே கிளைவிட்ட எரிச்சல் இன்னும் தணியவில்லை.

"ராட்சசி!" – ரீனாவைத்தான் திட்டுகிறேன். பொங்கலுக்குக் கிடைத்த விடுப்பில் அடித்துப் பிடித்துக்கொண்டு ஊருக்கு ஓடிவந்தால்...

முற்றத்தில் கால் வைத்ததும், மூன்று விரலைக் காட்டி, கன்னக்குழியில் கொஞ்சம் கேலி குழைத்துச் சிரித்தாள். பெட்டி படுக்கையோடு அப்படியே சென்னைக்குத் திரும்பிவிடலாமென்றிருந்தது.

"ம்...ம்... " உறுமிக்கொண்டே வீட்டிற்குள் நுழைந்தேன்.

மூர்க்கனின் உறுமலும், முணுமுணுப்புமாய் மூன்று நாள்களும் நகர்ந்து போனது. இரவானால் 'கவி'யைத் தூக்கி நெஞ்சில் போட்டுக்கொண்டு அதட்டினாள். "தள்ளிப் படுங்க".

குட்டி ப்ரீப்கேஸோடு பாதி வழுக்கையாய் ஒரு நடுத்தர வயது மனிதர் வந்து இடப்பக்கத்து இருக்கையில் அமர்ந்தார்.

என்னைப் பார்த்து மெல்லிதாய் புன்னகைத்துவிட்டு கையிலிருந்த ஆங்கிலப் புத்தகத்தை விரித்தார்.

"எதுவரைக்கும் சார்?"

"மதுரைக்கு" மறுபடி புன்னகைத்துவிட்டு புத்தகத்தில் மூழ்கினார்.

சென்னையில் அரசுப் பள்ளிக்கூடத்தில் ஆசிரியராக வேலை பார்க்கும் நான் வருடத்திற்கு நான்கைந்து முறையாவது ஊருக்குப் பயணப்படுவேன். ஒவ்வொரு முறையும், பக்கத்து இருக்கைகள் ஒவ்வொரு விதமாய் இருக்கும்.

எதுவும் கேட்காமலேயே, தன்னைப் பற்றியும் தனது குடும்பத்தை பற்றியும் சளசளத்து... ஏதேனும் ஒரு வகையில் திருவிதாங்கூர் மகாராஜாவிற்கு, தான் சொந்தக்காரனென்று நிரூபிக்கும் வரையில் காதில் வாந்தியெடுக்கும் நபர்...

பேருந்து புறப்பட்டதும், "ஊர் போய்ச் சேருமோல்லியோ?", என்று அதிர வைக்கிற பெரிசுகள்...

"ஐயா இந்தப் பக்கம் வாறியளா... வாந்தி வாராப்ல இருக்கு" என்று வயிற்றைக் கதிகலக்குகிறவர்கள்...

முன்பக்கத்து இருக்கையில் வீற்றிருந்து, பான்பராக் குதப்பி, பின்னிருக்கையிலிருக்கும் என் முகத்தில் ஜன்னல் வழியாக ஹோலி கலர் துப்பி, பழைய தமிழரசு ரவுடியின் வாலை முறுக்குபவர்கள்...

"எம் பொண்ணு போட்ட பலகாரந்தேன்... எட்டூரு மணக்குமில்ல?... இந்தா", என்று பாசம் கொதிக்க நீட்டுபவர்கள்...

ஆதிகால சிகையலங்காரமும் ஆஃப் ட்ரவுசருமாய், கொரியன் செட்டின் பாடலுக்குத் தொடையாட்டிக்கொண்டே வாயில் நுழையாத பாப் பாடகர்களின் பெயர்களை தரிசனம் செய்து வைக்கிற செந்தமிழ் நாட்டு அடலேறுகள்... என்று ஒவ்வொரு பயணத்திலும், பக்கத்து இருக்கைகள் பலவிதம்.

இருக்கைகளையும், டிக்கெட்டையும் சரிபார்த்துக்கொண்டே வந்த கண்டக்டர், முன் இருக்கைகளைக் காட்டி என்னிடம் கேட்டார்,

"என்னங்க இந்த சீட் ஆளுங்கள இன்னும் காணோம்?"

நான்தான் அவர்களை வரவேண்டாமென்று தடுத்ததைப் போல இருந்தது எனக்கு!

கவுண்டரிலிருந்து ஒரு ஆள் வந்து கண்டக்டரிடம் சொன்னான், "ஏம்பா, இருபத்தியஞ்சும், இருபத்தாறும் கேன்சலாயிருச்சு."

இரண்டும் எனக்கு முன்பக்கத்து இருக்கைகள்.

"வரவேண்டியவர் யாரோ? இனி வரப்போவது யாரோ?"

பேருந்தை ஸ்டார்ட் செய்த டிரைவரிடம் கண்டக்டர் சொன்னார், "பன்ரண்டு சீட் இருக்கு... கோவில்பட்டி, மதுரைன்னு இருந்தா ஏத்திக்கலாம்பா."

முண்டியடித்து பேருந்திற்குள் சிலபேர் நுழைய, கையில் கனமான பையுடன் ஒரு பெரியவர் முன்னால் வந்து அரக்கப் பரக்க உட்கார இருக்கை தேடினார்.

அவரைத் தொடர்ந்து ஒரு பெண் ... பெண்ணல்ல அவள் பெங்குயின்!

இருபத்தைந்து வயதிருக்கும். (இதற்கு மேல் வேண்டாமே)

நீலக் காட்டன் புடவையில், வனப்பும் வாளிப்புமாய், கண்கள் அலைபாய வந்துகொண்டிருந்தவளை, பேருந்திலிருந்த எல்லா ஆண் விழிகளும் மொய் மொய்யென்று மொய்த்தது.

"இந்த சீட்ல யாராவது வர்றாங்களா சார்?" முன்னிருக்கையைக் காட்டி பெரியவர் என்னிடம் கேட்டார்.

"இல்லீங்க" அவளைப் பார்த்துக்கொண்டே சொன்னேன்.

"இப்டி உக்கார்லாம்", பெண்ணைப் பார்த்து பெரியவர் சொல்ல அவள் என்னை ஒரு முறை பார்த்துவிட்டு – தெய்வீகப் பார்வை – எனக்கு முன் இருக்கையில் அமர, பெரியவர் பக்கத்தில் உட்கார்ந்தார்.

காலியான இருக்கைகளெல்லாம் நிரம்ப – 'பேருந்து புறப்பட்டது அதன் தடத்தில். '

அந்தப் பெங்குயின் பிரித்த பிஸ்கட் பாக்கெட்டிலிருந்து கிழிந்த பாலிதீன் துண்டு, காற்றுக்குப் பறந்து எனது முகத்தில் ஈஸ்ஸியது!

பின் திரும்பி "ஸாரி" என்றாள் கெஞ்சலாய்.

"பரவாயில்லை" என்றேன் விழுந்தடித்து.

இதுவே முன் இருக்கை ஒரு கிராப் தலையாக இருந்திருந்தால்? (பழைய பிச்சுவாக்கத்தி தமிழரசை இந்த இடத்தில் ஞாபகப்படுத்திக்கொள்ளவும்)

பின்னி மோசஸ்

அழகான பெண்கள் உச்சந்தலையில் வைத்து ஃபில்டர் காப்பி போட்டாலும் சகித்துக்கொள்ளலாம்!

என் பக்கத்து இருக்கைக்காரரைப் பார்த்தேன். புன்னகைத்துவிட்டு ஆங்கிலப் புத்தகத்தின் அடுத்த பக்கத்தைப் புரட்டினார்.

குனிந்து எனது 'ஷூ' வைத் தளர்த்தியபோது அவளது சேலைத் தலைப்பு எனது தோளில் தவழ்ந்தது.

அதை உணர்ந்தவள், சேலை தலைப்பை இழுத்து இருக்கைக்கும் முதுகிற்குமிடையில் சொருகிக்கொண்டாள்.

தனது இருக்கையை பின்னால் சாய்ப்பதற்காக அவள் லிவரை இழுக்க, இருக்கை எனது நெற்றியில் மோதியது. திரும்பி மறுபடியும் "ஸாறி"த்தாள்

புன்னகை இதழ் பிரியக் கேட்டாள், "தொந்தரவு பண்றேனா?"

"இல்லைங்க."

பெரியவர் திரும்பிக் கேட்டார், "சென்னைக்கா?"

"ஆமா நீங்க?"

"கோவில்பட்டி."

அவர்கள் சென்னை வரைக்கும் இல்லையென்றபோது, தளும்பிக் குதித்த மனப்பானையில் 'டொக்'கென்று ஒரு கல்லடி!

வளர்ந்த பேச்சிலிருந்து பெரியவர் அவளது தந்தையென்றும், அவள் ஒரு மேனேஜ்மெண்ட் பள்ளியில் இடைநிலை ஆசிரியரென்றும் தெரிந்தது. தொழிலில் எனது ஜாதியென்பதால் பேச்சு நீண்டது.

முன்புறமாய் தலை நீட்டி நான் பேசுகையில், அவளது கூந்தலின்று கற்றைமுடிகள் காற்றுக்கு அலையாடி முகத்து முன் இழைந்தது.

கொடுத்து வைத்த பிளாஸ்டிக் வண்ணத்துப் பூச்சி... அவளது கேசத்தை இறுகத் தழுவியிருந்தது.

சூடியிருந்த மல்லிகைச்சரத்தின் வாசத்தை முடிந்தமட்டும் மூச்சிழுத்துப் பருகினேன்.

அம்மிக் குழவியோடு, ரீனா தேவையில்லாமல் வருவதும் போவதுமாக இருந்தாள்.

பேருந்து ஒரு பள்ளத்தில் விழுந்து அதிர, சட்டென்று முன்னிருக்கை பக்கவாட்டை என் வலக்கை பற்றியபோது, விரல்கள் அவள் கையில் உரசியது.

அவளது விழிகள் சில நேரம் இடறியது.

பேச்சில் இயல்பை மீறிய மெருகும், கனிவும்... கன்னத்தில் அடர் சிகப்பு ரோஜா அடிக்கடி பூத்து உதிர்ந்தது!

பேருந்து கோவில்பட்டி நிறுத்தத்திற்குள் நுழைந்திருந்தது.

'இந்த டிரைவர் வேதாளத்திற்கு ஏன் இத்தனை வேகம்? பெரியவர் எழும்பி "வர்றேன் தம்பி" என்று சொல்லிவிட்டு முன்னால் நகர, அவளும் 'வருகிறேன்' என்ற பாவனையில் தலையாட்டிவிட்டு அவர் பின்னால் நடந்தாள்.

முன்பக்கம் சென்றவள், படியிறங்கும் நொடியில் தற்செயலாய் திரும்பி பார்த்துவிட்டு மறுபடியும் தலையசைத்துவிட்டு தரையிறங்கினாள்.

எழும்பி பேருந்தின் இடப்புறத்து ஜன்னலுக்குத் தாவி, தண்ணீர் பாக்கெட் வாங்கும் சாக்கில் பயணிகள் கூட்டத்தில் விழிகளால் துழாவினேன். ஜனநெரிசலில் அவள் கரைந்து போயிருந்தாள்.

ஒரு வெறுமை சூழ, திரும்பி என் இருக்கையில் அமர்ந்தேன்.

கோவில்பட்டியினின்று ஏறிய பயணிகளில், மூன்று குழந்தைகளுடனும், கந்தல் மூட்டையுடனும் ஏறிய ஒரு பெண்ணை கண்டக்டர் விரட்டினார்.

"ஏம்மா, அடுத்த வண்டியில வாம்மா."

"அட என்னா சாமீ நீ வெரட்ற? காசு குடுக்காமலா வரப்போறோம்... தள்றியா", ராகமாய் நீட்டிக்கொண்டு, கண்டக்டரை நெட்டிவிட்டு வந்தவள், பொத்தென்று எனக்கு முன் இருக்கையில் விழுந்தாள்.

அவளும், அவளது குழந்தைகளும் அணிந்திருந்த ஆடைகளினின்று எழும்பிச் சுழன்றது மூர்க்க வாடை....

என் பக்கத்திலிருந்தவரைப் பார்த்தேன். அவரும் என்னைப் பார்த்தார். ஒரு நமுட்டுப் புன்னகையைப் படரவிட்டு, மறுபடி புத்தகத்தில் மூழ்கினார். புத்தகத்தோடு அவரையும் சுருட்டி சன்னலுக்கு வெளியே வீசலாமென்று தோன்றியது.

பேருந்து கிளம்பியது

பின்னால் திரும்பி ஏதேனும் இருக்கை காலியாக இருக்கிறதா என்று பார்த்தேன். எல்லா இருக்கையும் நிரம்பியிருந்தது.

அவளது கைக்குழந்தை வீல், வீலென்று அழத் தொடங்கியது. அதட்டியும் அடித்தும் அதன் அழுகையை இரட்டிப்பாக்கினாள்.

மற்ற இரண்டு குழந்தைகளும் இருக்கையில் ஏறி நின்று குதியாட்டம் போட்டது. ஒன்று என்னை பார்த்து சிரிக்க, நானும் பதிலுக்குச் சிரிப்பதாய் இளித்தேன்.

அவள், செம்மண் நிறத்தில் சடைபிடித்திருந்த கூந்தலை, கிழிந்த துணியால் இறுகக் கட்டியிருந்தாள். பாம்பின் நாக்காய் அது படமெடுத்து சுழல... முடிந்தமட்டும் என் இருக்கையை பின்னால் சாய்த்துக்கொண்டேன்.

ஓடிக்கொண்டிருந்த வீடியோவில் பார்வையைப் பதித்தேன். "ஊசி மணி... பாசிமணி... மாலை வாங்கலியோ சாமி", என்று திரைப்படத்தில் ஒருத்தி கூவிக்கொண்டே போனாள்.

"சிவ, சிவா!..." பக்கத்திலிருந்தவரிடமிருந்து ஒரு புத்தகத்தை இரவல் வாங்கி படிக்க ஆரம்பித்தேன்.

பேருந்து, மதுரை நிலையத்திற்குள் நுழைந்தபோது அவர் என்னிடமிருந்து புத்தகத்தை வாங்கிக்கொண்டு, மிச்சமிருந்த கொசுறு புன்னகையையும் வீசிவிட்டு நடையைக் கட்டினார்.

அந்த இருக்கை, அடுத்த நபருக்காய் காத்திருந்தது.

அந்தப் பெண்ணும் குழந்தைகளும் பொட்டலத்தை பிரித்து வைத்து சாப்பிட்டுக்கொண்டிருந்தார்கள். நின்றுகொண்டே சாப்பிட்ட ஒரு குழந்தையின் முகமெல்லாம் பிரியாணிப் பருக்கை.

நானும் எழும்பி சூட்கேசை திறந்து டிபன் பாக்ஸை எடுத்து சாப்பிடத் தொடங்கினேன்.

பேருந்து அதன் தடத்தில் கிளம்பத் தொடங்க... பயணி இன்றி பக்கத்து இருக்கை காலியாக இருந்தது. அந்த இருக்கையில் ஒரு அழகான தேவதையை கற்பனையில் சமைந்து வைப்பதென்று கங்கணம் கட்டிக்கொண்டு கண்களை இறுக மூடினேன்.

அரைக்கால் சாக்ஸும், மினி ஸ்கர்ட்டுமாய் பாப் தலையுடன் ஒரு எம்.டி.வி அரை லூஸ்தான் கற்பனையில் தோன்றியது!

வாயில் புகை வழிய வழிய ஹாலிவுட் பேயைப் போல அது "ஈ" என்று இளித்துக்காட்டி பயமுறுத்தியது.

'கல்லுக்கு வெள்ளையடித்தால் கற்கண்டாய் இனிக்குமா?'

'இருக்கை அமைவது கூட இறைவன் கொடுத்த வரமா?'

'இருக்காது... இருக்கைக்கும் இறைவனுக்கும் என்னப்பா சம்பந்தம்?'

பக்கத்து இருக்கை சில சமயம் பரவசப்படுத்துகிறது, அல்லது பாடாய்ப்படுத்துகிறது... மேக்கப் சிரிப்பு அல்லது பிணப்புன்னகை!

பேருந்து விரைந்துகொண்டிருக்கிறது. அதன் தடத்தில். ஒரு மின்மினி பளிச்சிட்டு மறைந்தது. "நட்பு, பகைமை, காதல், தாய்மை... என்று விரிகிற பக்கத்து இருக்கைகள் எந்த கணத்தில், எந்த இடத்தில் விழுகிற விதையினின்று துளிர்த்து கிளைகள் விரிக்கிறது?"

இலக்கணம் புரியவில்லை – கிறுகிறுவென்றிருந்தது.

அந்த மல்லிகை தேவதையை நினைத்துப் பார்த்தேன்...

வலது கையால் எனது தோளை சுற்றி வளைத்து, இடது கையால் எனது இடது கையை இறுகப் பற்றிக்கொண்டு, தாடையை தோள் வளைவில் அழுந்தப் பதித்து, காதலும் குழைவுமாய் துளைத்துப் பார்த்து புன்னகைப்பது போன்ற பிரேமை.

நெற்றிப்பொட்டில் ஒரு வண்ணத்துப்பூச்சி வந்தமர்ந்து, தன் சிறகுகளால் என் இமைகளை மூடியது!

... சன்னல் கண்ணாடியை ஊடுருவி விடியல் வெளிச்சம் முகத்தில் படிந்தபோது விழிப்பு தட்டியது.

பேருந்து தாம்பரத்தை நெருங்குகிறது

குழந்தைகள் தூங்கிக்கொண்டிருக்க, அந்தப்பெண் வெளியே வேடிக்கை பார்த்துக்கொண்டிருந்தாள்.

எனது பக்கத்து இருக்கையில் படிய வாரிய தலை, பளிச்சென்ற முகத்தோடு ஒரு இளைஞன் உட்கார்ந்திருந்தான். 'இவன் எந்த நிறுத்தத்தில் பேருந்தில் ஏறினான்?'

நேசத்தோடு "ஹலோ", என்றான்.

"ஹலோ... எங்க ஏறினீங்க?"

"திருச்சியில"

"கவனிக்கல... தூங்கிட்டிருந்தேன்."

பின்னி மோசஸ்

“ஆமா, குறட்டை விட்டுத் தூங்கிட்டிருந்தீங்க.” அவன் விகல்பமில்லாமல் சொன்னான். ஆனால் எனக்குள் ஒரு குறுகுறுப்பு. என்னை தெரிந்தவர்களிடமெல்லாம் எனது குறட்டையும் அறிமுகம் ஆகியிருக்கிறது. ரொம்பவே பாப்புலர்.

“ரொம்ப விட்டுட்டேனோ?”

“கொஞ்சம்தான்... பஸ்ஸுக்குள்ளயே ரயில் ஓடுற மாதிரி!” ஒரு குழந்தையைப் போலத்தான் அவன் சொன்னானென்றாலும் நான் குற்றவாளிக் கூண்டில் ஏற்றப்பட்டிருக்கிறேன்.

தாங்கமுடியாமல் முகம் திருப்பி பேண்ட் சட்டையை சரிசெய்து, தலைவாரி, சூட்கேசை எடுத்துக்கொண்டு முன்னால் நடந்தேன். அந்த ஆரஞ்ச் சேலைப் பெண்மணி கைகளைத் தலையில் கோர்த்துப்பிடித்துக்கொண்டு தூங்கிக் கொண்டிருந்தாள்!

“அந்த இடுப்...”

“சார் எறங்கிறீங்களா?” கண்டக்டரின் குரல்,

பின்னணியில் ரீனா உறும, பேருந்தைவிட்டுக் கீழே இறங்கினேன்.

பேருந்து புறப்பட்டது அதன் தடத்தில்...

வேகாத நஞ்சு

ஊருக்கு நடுவே...

பஞ்சாயத்து அரச மரத்தில் எனது கைகள் பின்பக்கமாய் வளைத்துக் கட்டப்பட்டிருக்கிறது!

பாதங்கள் மண்ணில் படுவதும் பாவம் என்று கருதி இரண்டு கால்களையும் தூக்கி நிறுத்தி மரத்தோடு பிணைத்து கட்டி வைத்திருக்கிறார்கள்.

உடலில் பொட்டுத் துணியுமில்லை.

அடித்துத் துவைத்த கந்தலாய், உடல் முழுவதும் கல்லடிபட்டு, பிய்ந்து தொங்கும் சதைப் பிண்டங்கள்.

"ரீ...ரீ"... என்ற கும்மாள இரைச்சலோடு என்னை சுற்றி மொய்க்கும் "ஈ"படையின் ஆரவாரம்.

மரக் கிளையில் பறந்து தவித்து, படபடக்கும் காகக் கூட்டம்... வட்டமிடும் நாய்கள்.

கட்டியிருந்த வேட்டியை இடுப்பில் சுற்றி... திரித்து... பந்தம் கொளுத்திவிட்டிருந்தார்கள். எரிந்த நெருப்பில் மார்புக் கூடும், முகமும் வெந்து கருத்துக் கிடக்கிறது.

மீசை கருகிவிட்டது! 'எல்லாம் முடிந்தபின்னும் மீசையைக் குறித்த கவலை மிச்சமிருக்கிறது!'

கழுத்தில் மரியாதை நிமித்தமாய் கட்டித் தொங்க விடப்பட்டிருக்கும் செருப்பு மாலை!

முன்னால் சளசளத்து, பரபரத்துக் கொண்டிருக்கிறது கிராமத்து ஜனம்.

ஒரு வெறி நாயை அடித்துக் கொல்கிற ஆவேசத்தோடு பாய்ந்து, கையில் கிடைத்தவற்றையெல்லாம் என் மீது எறிந்து,

மிதித்து உதைத்த கிராமத்து மக்களிடமெல்லாம் எனது விழிகள் கெஞ்சிக் கொண்டிருந்தது, 'என்னை விட்டுவிடமாட்டீர்களா?'

கடைசியாய், "பத்தாம் வகுப்பில நொட்றப்பவும் ஒனக்குத் தமிழ் வாசிக்கத் தெரியாதாடேய்?" என்று நான் தினந்தோறும் வெளுத்து வாங்கும், கந்தப்பனின் மகன் முட்டாப்பய முருகேசன் குறுந்தடியால் ஓங்கிப் போட்ட போடில், மண்டை பிளந்து, உயிர் பிரிந்து நிர்கதியற்ற ஆவிகளோடு சங்கமமாயிற்று!

"இப்டிப் பண்ணிட்டியேடா படுபாவி", என்ற பொது கோபத்துடன், "பள்ளியில பொட்டைப் புள்ளைக முன்னாடி வெச்சு தெனமும் என்னை பொளந்து கட்றியேடா?", என்ற சுய கோபமும் அவனுக்குள் இருந்தது உண்மை.

மண்டையினின்று ஊற்றெடுத்துப் பெருகி, உருகி வழிந்த இரத்தம் உடலில் திட்டுத் திட்டாய் உறையத் தொடங்குகிறது.

விழிகள் மூடியிருக்க...

பற்கள் கோரத்தனமாய் வெளித் துருத்தி பயம் கிளர்த்த... முட்டி மடங்கி – இடை வளைந்து; ஒரு கோணங்கித்தனமான நிலையில் நான் செத்துத் தொங்குகிறேன்!

"சவத்த அவுத்து போடுங்கடேய்... ஊருக்கு ஒதுக்குப்புறமா இழுத்திட்டுப் போயி சுடுகாட்டில எரிச்சிட்டு மொத்த சாம்பலையும் வாரி காட்டுக்குள்ள குழி தோண்டி பொதைச்சிருங்க. வக்காலியோட பிடி சாம்பல் கூட நம்ப சுடுகாட்டில தங்க வேண்டாம்!"

"வாத்தியாரய்யா, இந்தப் பிரச்சினைக்கு என்ன பண்ணலாங்கிறீக?", என்று பல சிக்கலான பிரச்சினைகளுக்கும் தீர்வு சொல்லும் முன்பு என்னை கலந்தாலோசிக்கும் ஊர் பெரிசு சிவனாண்டி, மேலே கண்டபடி எனது அடையாளத்தின் சாம்பலையும் அழித்து விடுவதற்கான தீர்ப்பை சொல்லி முடித்தார்.

தரையில் பனை ஓலை பாய் விரித்து, எனது சடலம் இறக்கி கிடத்தப்படுகிறது. பாயை உடல்மீது சுற்றி வரிந்து கட்டி, கழுத்தில் கயிறு கட்டி முடிச்சுப்போட்டு, பெய்த மழையில் ஈரம் வடியாத சகதித் தரையில் இழுத்துச் செல்லப்படுகிறேன் – இராஜ பவனி!

இன்று காலை பதினொரு மணிக்கு முன்புவரை நான் இந்த கிராமத்தின் 'மருவாதைக்குரிய' வாத்தியார்.

பத்து வருடத்திற்கு முன் மனைவி பிரவீணா, ஒன்பது வயது மகள் ரூபாவோடு இந்த கிராமத்திற்குள் காலெடுத்து வைத்தேன் – பஞ்சாயத்து பள்ளிக்கூடத்திற்கு வாத்தியாராக.

சோப்பு, எண்ணை, சொகமில்லாமைக்கு மருந்து தவிர எனது சம்பளப் பணத்தில் நான் எதையும் வாங்கி அறிந்ததில்லை. பெரிய மனிதர்களின் ஒவ்வொரு அறுவடைக்கும் எனது வீட்டில் நெல்லும், தானியங்களும் குவிந்துவிடும். அளவுக்கு அதிகமாயிற்று என்று எவரிடமாவது வாங்க மறுத்தால்,

"நாங்க குடுத்தா மட்டும் வாங்கமாட்டீங்களாக்கும்" என்று எதிர் கேள்வி வரும்.

இந்த மக்கள் என் மீது பொழிந்த அன்பிற்கு ஈடாகாது எனினும், நன்றிக் கடனை கொஞ்சமேனும் திருப்பவேண்டும் என்ற உத்வேகத்தோடு நான் உழைத்த உழைப்பிற்கு பயன் விளைந்துமிருந்தது.

கொட்டகை பள்ளியாக இருந்த பஞ்சாயத்து ஆரம்பப் பள்ளி, இன்று பளபளக்கும் கான்கிரீட் கட்டிடத்தில் உயர்நிலைப் பள்ளியாய் உயர்ந்திருக்கிறது. தெரு விளக்குகளுக்காக, சாலை வசதிக்காக, குடிநீர் குழாய்க்காக அரசாங்கத்துடனான எனது போராட்டத்திற்கு குறிப்பிட்டு சொல்லும்படியான பயன் விளைந்திருந்தது. எல்லா மாணவர்களுக்கும் என்மீது பயம் கலந்த அன்பு.

அளவுக்குக் கொஞ்சம் அதிகமாகவே இந்த மக்கள் என் மீது வைத்திருந்த மருவாதை, இன்று 'பூமி அழிஞ்சிருமோ சாமீ!' என மிரட்டிப்பெய்த மழையோடு கலந்து ஓடி, கரைந்து ஓடி, காணாமல் போயிற்று.

மதுரையில் விடுதியில் நின்று படிக்கும் மகளைப் பார்த்துவிட்டு வருகிறேனென்று, மகனையும் கூட்டிக் கொண்டு அதிகாலையில் கிளம்பிப்போன மனைவியை நொந்துகொண்டு காலையில் சோறு வடித்துக்கொண்டிருந்தேன்.

பள்ளிக்கூட விடுமுறையென்பதால் எதையும் ஆக்கி வைக்காமலே சென்றுவிட்டாள் பிரவீணா.

"அய்ய, மாமா சமைப்பீகளா?" கேட்டுக்கொண்டே வந்தது மீனுக்குட்டி.

பெயர் மீனா என்றாலும் எங்களுக்கு அவள் மீனுக் குட்டி. அப்பன் கண்ணப்பனுக்கு நாத்து, நடவுக்குச் சென்று

பின்னி மோசஸ் 35

வாங்கும் கூலியை குடித்து அழிப்பதே குறிக்கோள். என்னதான் சொன்னாலும் இது திருந்துகிற ரகமில்லையென்று, கொஞ்ச நாளாய் நான் அவனிடம் எதுவும் சொல்வதில்லை.

ஆத்தா பொன்னம்மா பெரிய வீடுகளுக்கு பண்ணை செய்து வயித்தைக் கழுவி, மகள் மீனுவை படிக்கவும் வைக்கிறாள். மீனுக்குட்டி ஆறாவது படித்துக்கொண்டிருக்கிறது.

"வாத்தியாரய்யா எம் புள்ளையை நீங்கதான் கரயேத்தணும்", என்று பொறுப்பை எப்போதோ என் தலையில் போட்டுவிட்டாள். மீனுவும் எங்கள் வீட்டுச் செல்லமாகிவிட்டது.

"ஒன் அத்தை வந்தா கேளு, மாமாவ ஏன் இப்பிடிப் போட்டு படுத்தறேண்ணு... என்ன கேட்பியா?"

"வரட்டும், இண்ணைக்கு நல்லா கேக்கிறேன்... மாமாவுக்கு சோறு கூட ஆக்கி வெக்காம அப்பிடி என்ன தலை போகுற வேலைண்ணு?"

வெளியே இடி மின்னலுடன் குமுறிக்கொண்டிருந்த மழை இருட்டிக்கொண்டு பெய்யத் தொடங்கியது.

"மாமா, நா மழைல குளிக்கட்டுமா?"

"அடி வேணுமா? மழைல குளிச்சு சீக்கு கீக்கு புடிச்சிருச்சிண்ணா உங்க ஆத்தாளுக்குப் பதில்சொல்லி மாளாது."

"சீக்கெல்லாம் பிடிக்காது மாமா."

"வேண்டாம்", கண்டிப்பு காட்டினேன்.

"மாமா, மாமா" என்று எனது தாடையைப் பிடித்துக் கொண்டு மீனுக் குட்டி, கெஞ்சியபோது மனமிளகி, பொய் கோபத்தோடு "போய் குளி", என்றேன்.

மலர் பந்தாய் துள்ளிக்கொண்டு ஓடியது.

முன்புறம் ஹாலுக்கு வந்து தொலைக்காட்சியை உயிர்ப்பித்தேன். H.P.O வில் ஆங்கிலப் படம் ஓடிக்கொண்டிருந்தது. நீல இருட்டில் நிகழ்ந்துகொண்டிருந்ததொரு பேய்த்தனமான படுக்கையறை காட்சி! அங்கங்கள் முறுக்கேறி விடைத்து... நெளிந்தும், முறிந்தும்... நல்ல காதலா, கள்ளக் காதலா தெரியவில்லை.

சுவராஸ்யமற்றவனாய் தொலைக்காட்சியை அணைத்து விட்டேன்.

மேசையில் கிடந்த வாரப் பத்திரிகையை எடுத்து படிக்கத் துவங்கினேன். நடுப்பக்கத்திற்கு வந்தபோது ஒரு நடிகை உதடு கடித்து, ஒற்றைக் கண்ணடித்து வாரி இழுத்துக்கொண்டிருந்தாள்.

“குடும்பமா படிக்கிற பத்திரிகைகள்லயும் இந்த கண்றாவிய எல்லாம் போட்டுத் தொலைக்கிறாங்க... என்று சலித்துக் கொண்டு மறுபக்கத்திற்கு பாய்ந்தாலும், மனதில் எதுவோ கட்டறுந்தது.

மறுபடியும் நடுப்பக்கத்திற்கே திரும்பினேன். கொஞ்சும் விழிகளும், நீலச் சாயம் பூசிய உதடுகளும், கழுத்துக்கு கீழே பொட்டுத் துணியோடு போராடும் திமிறித் திளைத்த மார்புகளும், குட்டைப் பாவாடைக்கு வெளியே வெண்ணையாய் வழுக்கிய நீளக் கால்களும் வெப்பத்தின் ஊற்றுக் கண்களை குத்தித் தோண்டியது.

‘மனதின் அடித்தளத்தில் புகை மூட்டம்.’

மொத்த வானமே இடிந்து விழுந்ததைப்போல் பெருஞ் சத்தமுடன் எங்கோ அருகாமையில் விழுந்த இடிக்குப் பயந்து அலறிக்கொண்டு வீட்டிற்குள் ஓடி வந்தது மீனுக் குட்டி – ஈரம் சொட்ட சொட்ட...

“குளிக்க வேண்டாம்ணா கேக்கிறியா? துண்டெடுத்து தலையத் துவட்டு.” அதட்டினேன்.

உள் அறையினின்று துண்டு எடுத்து வந்து சட்டையை கழற்றிப் போட்டுவிட்டு தலை துவட்டியது மீனுக் குட்டி.

‘எங்கோ ஒரு கல்லறையில் விரிசல் விழுகிறது.’

எதேச்சையாய் அதன் மீது விழுந்த பார்வையில் ஏதேதோ ரகசியங்கள் கிளைக்கிறது.

“சை... சாத்தானே,” என்று முகத்திலடித்துக் கொண்டு பார்வையை பத்திரிகையில் புதைத்த பின்னும், வேர் பிடுங்கி வெளியேறி, விழிகள் அதனுடம்பில் படர்கிறது.

‘பட்டென்று பிளக்கிறது கல்லறை!’

“இங்க வா, நாந் துவட்டி விடுறேன்.”, துண்டை வாங்கி அதனுடம்பை துடைத்து விட்டேன்.

‘உடைந்த கல்லறையினின்று புகை மூட்டம் பொங்குகிறது.’ குளிருக்கு நடுங்கிக் கொண்டிருந்த மீனுக்குட்டியின் உடல் முழுவதும் ஊர்கிறது எனது பார்வை.

‘விலகிய புகை மூட்டத்திற்குள்ளிருந்து ஒரு, கோர அரக்கனின் உருவம் மெல்ல வெளியேறுகிறது.’

மாமா என்று அழைத்தாலும், அப்பன் குடிகாரனாகிப் போனதால், அவன் மீது கொண்ட வெறுப்பில் என்னையே தகப்பனாக இனங்காணும் அந்தப் பிஞ்சுத் தளிரை இறுக அணைத்தேன்.

‘பனங்கொட்டை கண்கள், துருத்திய நாக்கு, தந்தப் பற்கள், கொரில்லா உடலுடன் எனக்குள்ளிருந்து வெளியேறி, பூமியதிர அந்த அரக்கன் அடியெடுத்து வைக்கையில், ‘நான்’ செத்துத் தொலைத்திருந்தேன்.’

“என்ன பண்ணுதீக மாமா?”, என்று கேட்டுக் கொண்டே மிரள, மிரள முழித்து ஒன்றும் புரியாமல் அழ ஆரம்பித்த அரும்பை,

என் செல்ல மீனுக்குட்டியை,

நானே சுவைத்து... மென்று ... உரக்க பெய்த மழை அடங்கத் தொடங்கியிருந்தது.

அந்த அரக்கன் தனது அகோரப் பசிக்கு இரை வேட்டையாடியவுடன் தனது இருப்பிடத்திற்குள் சென்று பதுங்கிக் கொண்டான் – பெருத்த ஏப்பமுடன்.

மிச்சமிருந்த மருவாதைக்குரிய வாத்தியாராகிய ‘நான்’ புரண்டு எழும்பிய போது எனக்கு முன்னால் மீனுக்குட்டி சலனமற்றுக் கிடந்தது.

உடல் முழுக்க நகப் பிறாண்டல்களுடன், கடித்துக் குதறிய உதடுகளுடன், சீழும் இரத்தமுமாய், கைகள் முறுக்கிக்கொண்டிருக்க உறைந்து கிடக்கிறது!

திறந்து வெறித்துப் பார்க்கும் அதன் விழிகளில் அதிர்ச்சி வழிந்து, அறையெங்கும் பெருகுகிறது.

“மாமா எங்கிட்ட ஏன் இப்டி நடந்துக்கிது?”, என்ற குழப்பமான கேள்வி உருவாக்கிய மன அதிர்ச்சி; அல்லது, எனது வெறிக் கூத்தில் தரையில் பின் மண்டை அடித்துச் சிதறி அதன் உயிர் பறந்தோடியிருக்கும்.

“அய்யய்யோ!”, கதறிக் கொண்டே மீனுக்குட்டியை பிடித்து உலுக்கினேன்.

“…மீனு… மீனு…மீனு…”, எனது கதறல் ஓநாயின் ஊளையாய், பிணந்தின்னியின் பிளிறலாய் வீட்டுச் சுவர்களில் மோதி, குத்தீட்டிகளாய் திரும்பி வந்தது.

“அய்யோ, சந்தர்ப்ப சாத்தானே ஏன் என்னை சதித்துவிட்டாய்?”, தலையிலடித்துக் கேவ…

அந்த வினாடி வரையிலும் கண்மூடி தியானித்து மீளா தவத்தில் மௌன விரதம் பூண்டிருந்த ‘வாத்தியார் முனிவர்’ சட்டென்று கண் திறந்தார்.

திறந்த விழிகளில் தீப்பிழம்பு!

முட்டி மீது பதித்து வைத்திருந்த வலக் கையை நீட்டினார். சுட்டு விரல் நுனியில் கொதித்துருகும் குற்றச்சாட்டு…

“அழுக்குப் பிண்டமே… மேனியெங்கும் பெருக்கெடுக்கும் மல வாடை மறைக்க அத்தர் பூசி, பட்டுச் சட்டை பூட்டி உலா வரும் ஈனச் சாத்தானே… சந்தர்ப்பத்தின் மீது பழிச் சிலுவை ஏற்றி தப்பிக்கத் தாவும் கொள்ளி வாய் பிசாசே… கொடும் அரக்கன் ஒருவன் உனக்குள் கருக்கொண்டபோது நீ உணர்ந்திருக்க மாட்டாய் – ஒத்துக்கொள்கிறேன். ஆனால், அவன் வளர்ந்த விதம் நீ அறியாததல்ல. கல்லறை பிளந்து அவனது அகோர முகம் வெளிப்பட்டபோதெல்லாம் அமிலத்தை ஊற்றியேனும் அவனை நிரந்தரமாய் அழித்தொழிக்க வேண்டுமென்று நீ எண்ணவேயில்லை. அவன் இரை தேட முயற்சித்த போதெல்லாம் மிகவும் சிரத்தையெடுத்து தாலாட்டித் தூங்க வைத்தாய். சமூக பயத்தை மட்டும் காரணம் காட்டி, அப்போதைக்கப்போது மட்டும் பதுக்கி வைத்தாய் – ‘ஒரு தற்காலிக தப்பித்தலுக்காய்.’ அவனது இரைக்கு நீ வலையாகமாட்டாய் என்பதை உணர்த்தியிருந்தால், அவனாகவே வெளியேறிருப்பான் – நீயும் இரையாகியிருக்க மாட்டாய்.

இப்போது அவனேதான் நீ!

அழுகிறாயா? அழு… அழு… இனியும் எதற்கு இந்த கள்ள நாடகம்?

காலில் ஒரு முள் குத்திவிட்டால் கூட உனக்காக அழுகிற வெள்ளை ஜனம், இப்போது அழுகிற உனது விழிகளில் குத்திச் சொருவதற்கு கொள்ளிக் கட்டைகளை கையிலெடுத்திருக்கும்.”

…வீசிய காற்றுக்குத் திறந்து,

பட்டென்று மோதி அடைபட்டது ஒரு ஜன்னல் கதவு.

"ஐயா... வாத்தியாரய்யா...", பொன்னம்மாவின் குரல். கதவு தட்டப்படுகிறது.

"ஐயா, எந்தங்கம் மழைக்கு முன்னமே இங்க வர்றேண்ணு சொல்லிட்டு வந்திச்சு. உள்ளற இருந்தா ஆத்தா கூப்பிடுறேண்ணு சொல்லுங்க."

பதறியடித்து எழும்பி ஒரு போர்வையை எடுத்து கருகிக்கிடந்த பூவின்மீது போர்த்தினேன்.

கதவு தட்டப்பட்டுத் திறக்காததால் பொன்னம்மா சன்னலைத் திறந்து எட்டிப் பார்த்தாள். ஓட்டமாய் சென்று சன்னலை தாழிட்டேன்.

வெளிறிய எனது முகமும், மிரண்ட விழிகளும் அவளுக்குள் எச்சரிக்கை ஒலி எழுப்பி எதையோ உணர்த்திவிட்டது.

"யாராச்சும் இங்க வாங்களேன்." கூப்பாடு போட்டாள். யாரோ ஒன்றிரண்டுபேர் வந்திருக்க வேண்டும்.

"வாத்தியாரய்யா என்னமோ பண்றாக... எனக்குச் சந்தேகமாயிருக்கு", பதறும் அவள் குரல்.

அப்போதும் அவளுக்குத் தெரியாது, அவளது கட்டித் தங்கம் அறைக்குள் சிதைந்து கிடப்பது. 'ஏதோ கோவத்தில வாத்தியாரு நாண்டுக்கப் போறாரு போல', என்றே எண்ணியிருப்பாள்.

"தெய்வமே, வாத்தியாருக்கு ஒண்ணும் ஆயிடக்கூடாதே", என்ற பதைத்த நினைப்போடு அவளிடமிருந்து வெளிப்பட்ட அபயக் குரலுக்கு ஊர் கூடியது. தட்டித் திறக்கப்படாத கதவு உடைந்து விழ... மொத்த ஜனமும் வீட்டுக்குள் புக...

அந்த அறையின் மூலையில் அம்மனுக்கு முன் கட்டப்பட்ட ஆடாய் மிரட்சியோடு குந்தியிருந்தேன் – அந்த பூவுக்கு பக்கத்தில்.

போர்வையின் ஓரத்தில் தெரிந்த ஒரு ஜோடி சின்னக் கால்களை கண்டு வியந்து, மூக்கண்ணன் ஓடி வந்து போர்வையை இழுத்து விலக்க... மொத்த ஜனமும் அலறலோடு ஒரு சேர முகம் பொத்திக் கொண்டது.

"அய்யோ... எந் தங்கம்" உடைந்த குரலோடு பொன்னம்மா சுருண்டு விழுந்தாள்.

... விறகுக் கட்டைகளுக்கிடையில் நான் தனியனாய் எரிந்து கொண்டிருக்கிறேன் – அசிங்கமான வாடையோடு.

எல்லோரும் சென்றுவிட்ட பின்னும் எனக்கெதிரே ஒருவன் மட்டும் நின்றுகொண்டிருக்கிறான். அவன் என் அன்பிற்குரிய மாணவன் அசோகன். அவன் மீது எனக்கும், என்மீது அவனுக்கும் இருக்கும் உறவு புனிதமானது.

அசோகனிடம் நான் கொண்டிருந்த அன்பில் துளியும் வஞ்சமில்லை. எள் முனையும் போலியில்லை. என்றேனும் ஒரு நாள் இந்த சமூகத்தில் அடையாளமுள்ள ஒரு மனிதனாய் அவன் வரும்போது ஆசான் என்று சொல்லி என்னை பெருமிதப்படுத்துவான் என்ற எதிர்பார்ப்பில் அவன் மீது வளர்த்த அக்கறை உன்னதமானது.

இன்று காலை வரையிலும் அவனுக்கு நான் குருவல்ல – தெய்வம்.

வானத்தை வெறித்துக் கொண்டிருந்த அவனது தலை கவிழ்கிறது.

எரிந்து கொண்டிருக்கும் சிதையை நெருங்கி வந்து நிற்கிறான். சிதையை வெறித்தபடி கைகளை கோர்த்து பிசைகிறான். தொண்டைக் குழியினின்று இரத்தம் வரும்வரை காறி உமிழ்கிறான் – சிதையின் மீது!

"இது என் மீது விழும் கடைசி எச்சில்."

சகித்துக்கொள்ள முடியாத கொடும் பாவத்திற்காய் அடித்துக் கொல்லப்பட்டபோது 'தண்டனையின் வலியை' சரியாய் உணரவில்லை. எனது சடலத்தின் மீது விழுந்த கடைசி எச்சில் தண்டனையின் உண்மையான வலி என்னவென்று மிகச் சரியாய் உணர்த்துகிறது.

அசோகன் திரும்பி நடக்கத் தொடங்குகிறான்... விறகுக் கட்டைகளுக்கிடையில் நான் தனியனாய் எரிந்து கொண்டிருக்கிறேன் – பிண வாடையோடு.

வழக்கம் போல் நாளையும்...

அடித்துப் பிடித்துக்கொண்டு வீட்டைவிட்டுக் கிளம்பும்போது, காலை ஒன்பதரை ஆகிவிட்டது. வீடு என்றால் போர்டிஹோவும், பெரிய ஹாலும், பால்கனியும் கொண்டதொன்றுமில்லை.

ஆயிரம் விளக்கு மக்கீஸ் கார்டனில் கூவம் 'தேம்ஸ்'க்குப் பக்கத்தில், ஒரு இரண்டு மாடிக் கட்டிடத்தின் அடித்தளத்தில், ஒடுக்கப்பட்டோருக்கான அறையில் பரந்து கிடக்கிறது எனது சாம்ராஜ்யம்.

அங்கே கொஞ்சம், இங்கே கொஞ்சம் என கடன் வாங்கி, ஏகப்பட்ட எதிர்பார்ப்புகளோடு ஐம்பதாயிரம் முன்பணம் கொடுத்து, எழும்பூர் ஹால்ஸ் சாலையை ஒட்டிய சந்தில், எட்டுக்குப் பத்து பரப்பளவிற்குள் ஒரு 'டிராவல்ஸ்' திறந்திருக்கிறேன்.

அண்ணாசாலை 'டாராபூர் டவரை' விலைக்கு வாங்கி டிராவல்ஸ் திறப்பதைப் போல், எல்லா இரவுகளையும் கனவுகள் தின்கிறது.

காலையில் கண் விழித்துக் கதவு திறந்தால், அந்த சிவப்பு நிற சொறி நாய், எதிரிலிருக்கும் விளக்குக் கம்பத்தில் காலைத் தூக்கிக்கொண்டு நிற்கும்! தினந்தோறும் அது திட்டமிட்டே எனது நாடி பிடித்துப் பார்க்கிறது.

எட்டு மணிக்கெல்லாம் டிராவல்சை திறந்துவிட வேண்டுமென்று காலையில் ஐந்து மணிக்கே எழும்பி பகீரதப் பிரயத்தனம் செய்தாலும், வீட்டை விட்டுக் கிளம்பும்போதே ஒன்பதாகி விடுகிறது.

கீழ் தளத்தில் அறைக்கு ஒன்றாய் ஏழு குடித்தனங்கள்.

பாய், நாட்டார், நாயுடு, ரெட்டி, கூர்க்கா என்று ஏழும் ஏழு விதம் – ஒட்டு போட்டு வைத்திருக்கும் இந்தியக் கந்தல் போல.

பாஸிட்டிவாக யோசிப்பதாய் நினைத்து ‘பாரத விலாஸ்’ என்று சொல்லி தயவு செய்து கிச்சுகிச்சு மூட்டாதீர்கள்.

எனது அறையை ஒட்டினாற்போல் இருக்கிறது தண்ணீர் குழாய். இரவு முழுவதும் லொடக், லொடக் என்று தூக்கிப் போட்டு அடித்து, தூங்கவிடாமல் செய்துவிடுகிறார்கள்.

எப்படியோ கண்மூடி, காலையில் எழும்பி தண்ணீர் பிடிக்கச் சென்றால், அப்போதும் குழாயை சுற்றி குடங்களோடு குடித்தனங்கள் நெருக்கியடிக்கும்.

இரவு முழுவதும் தண்ணீர் பிடித்திருந்தாலும் எனக்கு ஒரு வாளி தண்ணீருக்குகூட வழி விடாமல் மறித்துக்கொண்டு நிற்பார்கள்.

“ஆம்பளதானே... கொஞ்சம் பொறுப்பா,” என்று சொல்லிக் கொண்டு அந்த ரெட்டிப் பொம்பளை என்னை ஒரு தினுசாய் பார்க்கும்.

நான் முறைக்கையில் முகத்தை ஒரு வெட்டு வெட்டிவிட்டு மாராப்பை சரி செய்து கொள்ளும்.

“தினத்துக்கும் காலையில இதுகூட...” மனதிற்குள் முணு முணுத்துவிட்டு பார்வையை விலக்குவேன்.

கடைசியில் யாராவது “பொழச்சுப் போ,” என்று வழிவிட்டால் உண்டு.

அத்தனை குடித்தனங்களுக்கும் சேர்த்து இரண்டு கழிப்பறை. ரேஷன் கடை க்யூவாய் கையில் வாளியோடு காத்து நின்று... மெல்ல மெல்ல முன்னேறி... கழிப்பறைக்குள் பதாகை பதிக்கும் வரை பொறுத்திருப்பவன் பாக்யவான். அவனுக்கு சொர்க்கத்தில் சீட் கன்ஃபார்ம்.

அவசர நிலை பிரகடனம் செய்யும்போது முன்னால் காத்து நிற்பவரை பிடித்துத் தள்ளிவிட்டு உள்ளே புகுந்து கொள்வதும் உண்டு! வெளியிலிருந்து தகரக் கதவை டமால், டுமீல் என்று எட்டி உதைப்பார்கள். போர்க்களத்திற்குள் புகுந்த எருமையைப் போல் குந்தியிருக்க வேண்டும்.

சமயத்தில், பாய் வீட்டு மூன்று வயதுப் பையன் முன்னே சென்று, அங்கிங்கெனாதபடி எங்கெங்குமாய், நீக்கமற நிறைந்து பிதுக்கி வைப்பதும் உண்டு.

ஒரே ஒரு குளியலறை.

இன்று, முறைப்படி அடுத்த நபராய் குளிப்பதற்காக நான் காத்து நின்றேன். கூர்க்காவின் பையனை குளிப்பாட்டிவிட்டு அவளது அம்மா வெளியே வர, பிடித்து வைத்திருந்த பக்கெட் தண்ணீரை எடுத்து வருவதற்குள், பக்கத்து வீட்டு மலையாள அம்மாவின் பனிரெண்டு வயதுப் பெண் எனக்கு `பெப்பே' காட்டிவிட்டு சடக்கென்று குளியலறைக்குள் புகுந்து கொண்டது.

"ஏய் குட்டி... நாந்தான் குளிக்கணும், வெளிய வாடி" உச்சஸ்தாதியில் கத்தினேன்.

"எனிக்கி ஸ்கூலினு போணும்... ஞான் குளிச்சிட்டே வரும்." உள்ளே நின்றுகொண்டு அது சர்வ அலட்சியமாக சொன்னது.

கெஞ்சினேன்.

உள்ளே தண்ணீர் மொண்டு விடும் `சள்'ளென்ற சத்தமே பதிலாய் வந்தது – கூடவே ஒரு `கெக்கே பிக்கேயும்.'

"அங்க நின்னு வாய்ப்பாடு மனப்பாடம் பண்ணிட்டிருக்காத... சீக்கிரம் வந்து வெளிய விழு."

"ஓ, கொள்ளாம்... ஞான் பையத்தன்ன வரும்."

"பையத்தான் வருவியா? மவளே இங்கேர்ந்து ஒண்ணு விட்டா கோழிக்கோட்ல போய் விழுவ."

"ஷாம்பூ எடுத்தில்லா... மம்மியோடு சோதிச்சு வாங்கிச்சுத் தருமோ?"

எனக்கு பற்றிக்கொண்டு வந்தது. "என்னைப் பார்த்து இந்தச் சின்னப் பெண்ணிற்கு கூட எத்தனை இளக்காரம்?"

ஒரு வழியாய் குளித்து முடித்து ட்ராவல்சிற்கு வரும்போது மணி பத்தாகிவிட்டது.

கத்திரி வெயிலையே கருக்கும் எரிச்சலோடு அலுவலகத்திற்கு (ட்ராவல்ஸ்தான்) வந்தபோது `வழக்கம் போல்' அந்த ஆயா எனது கடைக்கு முன்னால் கடை விரித்திருந்தது.

கடையை ஒட்டிய முன்புற ப்ளாட்பார்மில் ஸ்டவ், தோசைக் கல், இன்னொரு ஸ்டவ் மீது இட்லி குண்டான், ஒரு பாத்திரத்தில் சாம்பார், சட்னி, இறைந்து கிடக்கும் எச்சில் தட்டுகள் என ஏகத்துக்கு அமர்க்களம்.

இரண்டு மூன்று பேர் ஹாய்யாக கடையோடு சாய்ந்து நின்று இட்லி, தோசை என்று வெளுத்துக் கொண்டிருக்க...

முன்புறம் முழுவதும் எச்சில் பரவிக் கிடக்க... கை கழுவிய தண்ணீர் வடிந்து போக இடமின்றி வழக்கம்போல் சகதியாகி சொத சொதவென்று கிடந்தது.

போதாததற்கு சின்னப் பாத்திரங்கள், மூடிகள், கரண்டி, இத்யாதி என்று ஆயாவின் போர் உபகரணங்களெல்லாம் என் கடையின் மார்பில் சாத்தப்பட்டிருந்தது.

தொலைவிலிருந்தே என்னை ஓரக்கண்ணால் பார்த்துவிட்ட ஆயாவின் இதழோரம் ஒரு அசால்ட் புன்னகை கீறி ஒளிந்தது.

பக்கத்தில் வந்ததும் என்னைப் பார்த்து சிரித்துக் கொண்டே கேட்டது.

"வந்துட்டியா?"

எனக்கு மட்டுமே தெரியும், இது எத்தனை டன் நக்கலான கேள்வியென்று.

"கிழவி என்னை என்னதான் நினைத்திருக்கிறது?"

இதன் இட்லி குண்டாவையும், சாம்பாரையும் தூக்கி நடுச்சாலையில் வீச வேண்டும்.

"ஏய் கிழவி..."

"இன்னா?...ஷொல்லு," கேட்டுக்கொண்டே தட்டை நீட்டிய ஒருவனுக்கு சாம்பார் ஊற்றியது.

"நீ இட்லி விக்கிறதுக்கா நான் ட்ராவல்ஸ் தெறந்திருக்றேன்?"

"த, அந்தாண்ட கை கழுவு," என்னை பார்க்காமலே தனது கஸ்டமருக்கு ஆர்டர் போட்டது.

"என்னை என்ன ஏமாளிக் கூமுட்டைன்னு நெனச்சிருக்கியா? நாலு பேரு வந்து போற கடை முன்னாடி எச்சியும் சகதியுமா நாஸ்தி பண்ற... உன்னை என்ன பண்றேம் பாரு... மொத இந்த கண்றாவிய எல்லாம் எடுத்துத்தொலை." கடையில் சார்த்தியிருந்த உபகரணங்களை காட்டி பொருமினேன்.

எழும்பி வந்து தனது போர் கருவிகளை பொறுக்கிக் கொண்டே சொன்னது, "தம்மாத்தூண்டு கடைய வச்சிக்னு ரொம்பத்தான் துள்றியே?!... ட்ராவல்ஸாம்... ட்ராவல்ஸ்ஸூ"

"என்னது? துள்றேனா?" ஆத்திரம் முட்ட திரும்பி கிழவியின் இட்லி குண்டானை தூக்கினேன்.

அது, தட்டை நீட்டிய ஒருவனிடம் அதட்டியது.

“த்த, சொம்மா காரச்சட்னி, காரச்சட்டினிண்ணுட்டு... தக்காளி இன்னா ஓங்க வூட்லேந்து லவட்டிக்னு வர்றேனா?”

என்னைப் பொருட்படுத்தவேயில்லை.

வீசி எறிய மனம் வராமல், தூக்கிய இட்லி குண்டானை மறுபடியும் கீழேயே வைத்துவிட்டேன்.

என்னதான் முறைத்துக்கொண்டு சண்டையிட்டாலும் அதற்குத்தான் வெற்றி என்பது ‘டக்வொர்த் லீவிஸ்’ விதி.

முழுதாய் விற்றுத் தீர்த்து, கழுவிக் கவுக்கும்வரை அது இடம்விட்டு நகராது.

ட்ரைவ் இன் ஓட்டலில் காபரே பார்ப்பதுபோல் எங்கள் சண்டையை ரசித்துக்கொண்டே, முன்னால் நின்று சாப்பிட்டுக் கொண்டிருந்தவர்களிடம் தொண்டை கிழியக் கத்தினேன், “தள்ளிப் போங்கடா அந்தப் பக்கம்.”

பக்கத்து கடைக்காரர்கள் இதைப் பொருட்படுத்துவதேயில்லை. தினசரி காலை காட்சியாய் `கிழவிச் சண்டை’ பார்த்து அவர்களுக்கும் போரடித்துவிட்டது. கடையைத் திறந்து, பெருக்கி, சாமிக்கு ஊதுபத்தி ஏற்றி வைத்துவிட்டு உட்கார்ந்தேன்.

எல்லாவற்றையும் விற்றுத் தீர்த்தபின், பாத்திரத்தையெல்லாம் கழுவி எதிர் பக்கத்து சேட் வீட்டுச் சுவரோரமாய் பத்திரப்படுத்தி வைத்துவிட்டு, கையில் ஒரு ‘ஏர்மெயில்’ எடுத்துக்கொண்டு கிழவி என் கடை பார்த்து வந்தது.

“அட இன்னா கண்ணு, இண்ணிக்கு ரொம்பவே சாமியாடிட்ட?” சின்னச் சிரிப்போடு கடைக்குள் தலை நீட்டியது.

“போவியா...” முணுமுணுத்துவிட்டு முகத்தைத் திருப்பிக் கொண்டேன்.

“ஐய்ய... பச்ச இட்லில கரண்டியால குத்துனாப்ல மூஞ்சிய வெச்சிக்னு...”, அதனுடைய உவமையைக் கேட்டு சிரிப்பு முட்டி என் இறுக்கம் தளர., அது உரிமையோடு கடைக்குள் நுழைந்தது.

“வீட்லேந்து எரிச்சல் மேல எரிச்சலோட இங்க வந்தா, நீ வேற எண்ணெ மொண்டு ஊத்துற,” அலுத்துக்கொண்டேன்.

“சரி, அத்த வுடு... கலர் தண்ணி எதுனா சாப்ட்றியா?”, கேட்டுக்கொண்டே என் பதிலை எதிர்பார்க்காமல் வெளியே தலை நீட்டி பக்கத்துக் கடையில் ‘லிம்கா’ சொன்னது.

“உஞ் சங்காத்தமே வேண்டாம்.”

“காத்தால ஒரு மணி நேரம் அப்டி ஓரமா ஒக்காந்து பொழச்சிக்னு போறேன்... வுடுவியா”. கடைப் பையன் லிம்கா கொண்டு வர, வாங்கி மேசையில் வைத்தது. “எம் மக வயித்துப் பேரன் ரமேஸில்ல, போன வாரம் சிங்கப்பூர்லேந்து லட்டர் போட்ருந்திச்சே... நீதான படிச்சுக் காமிச்ச... அதுக்கொரு லட்டர் எழுதிக்குடேன்,” ஏர் மெயிலை என்னிடம் நீட்டியது.

எனது எந்த ஆயுதமும் அதனிடம் செல்லுபடியாகப் போவதில்லை. குத்துமுன்னே கூர் மழுங்கி ‘ணங்’ கென்று குப்புற விழும்.

ஒரு மிடறு லிம்கா குடித்துவிட்டு “ம்ஹீம்” என்று அதனிடமிருந்து ஏர் மெயிலை வாங்கினேன்.

“இங்க நான் நல்லாக்றேன்...,” என்று அது சென்னை தமிழில் சொல்ல சொல்ல, அக்கரையாய் அதை செந்தமிழாகத் திருத்தி எழுதி, மடித்து ஒட்டி அதனிடம் கொடுத்தேன்.

இந்த அக்கரையும் ஆதங்கமும் நான் கடை மூடும்வரை நீடிக்கும். சாயந்திரமானால் பஜ்ஜி வாங்கிக் கொண்டு வரும்... கடை முன்னால் பெருக்கி தண்ணீர் தெளிக்கும்... இரவு கிளம்பும் போது “நல்லாத் தூங்கு கண்ணு,” என்று வழியனுப்பி வைக்கும்.

மற்றபடி,

வழக்கம்போல் நாளையும் நான் எரிச்சலோடு வீட்டிலிருந்து கிளம்புவேன்... வழக்கம்போல் கிழவி கடைக்கு முன்னால் கடைவிரித்து வைத்துவிட்டு, “வந்துட்டியா?” என்று கேட்கும்... வழக்கம்போல் எனக்கும் அதற்கும் நடுச்சாலையில் ‘கலிங்க போர்’ நடக்கும்...

அதென்னவென்று தெரியவில்லை.

கிழவியிடம் சண்டையிடாத ஒரு நாள் நிறைவான நாளாய் இருக்கும் என்று எனக்குப் படவில்லை.

திக்குவாய் பிசாசு

"பூ விரிச்சுப் போடு
புதுப்பொண்ணு வாரேன்!
பாய் விரிச்சுப் போடு
பருவ சுகம் தாரேன்!"

முழங்கால் அளவில் ஓடிக்கொண்டிருந்த வாய்க்கால் தண்ணீரில் குப்புறக் கவிழ்ந்து படுத்து, ஆசனம் செய்வதுபோல் குளித்துக் கொண்டிருந்த ராகேஷ், பெண் குரலில் வந்த பாட்டுச்சத்தம் கேட்டு நிமிர்ந்து முழங்காலிட்டு திரும்பி, கரையை பார்த்தான்.

துணி வெளுக்கும் படித்துறையில் உட்கார்ந்திருந்த கண்ணனும் ஆச்சர்யம் தெறிக்க பரபரத்துப் பார்த்தான்.

பாடிக்கொண்டு வந்தது ஒரு இளம்பெண். அழகாயிருந்தாள்.

பாவாடையினின்று தொங்கலாய் தாவணி தரையில் தவழ... கூந்தல் கலைந்து புரள...

...நான்கு பெண்டுகள் அவளை சுற்றி வளைத்து பிடித்திருக்கையில் துள்ளிக் குதித்துத் திமிறினாள்.

"விடுங்கடி என்ன"

ராகேஷ் கேட்டான், "என்னவாச்சு அந்தப் பொண்ணுக்கு?" வைத்தகண் வாங்காமல் அதிசயித்துக் கவனித்துக் கொண்டிருந்த கண்ணன் திரும்பி பார்க்காமலே சொன்னான், "பேய் பிடிச்சிருக்கு!"

வாய்க்கால் தண்ணீரில் இருந்து கொண்டு ராகேஷ் விழுந்து, விழுந்து சிரித்தான்.

"எதுக்கு சிரிக்கிற?"

"சைக்காலஜிக்கல் டாக்டரான எங்கிட்டயே அந்தப் பொண்ணுக்கு பேய் பிடிச்சிருக்கிண்ணு சொல்றியே, நான் சிரிக்காம என்ன செய்ய?"

இளவயதுப் பிரிவிற்குப் பிறகு நண்பனை பார்க்க வேண்டுமென்று இப்போதுதான் வந்திருக்கிறான் ராகேஷ்.

பதினைந்து வருடத்திற்கு முன், ராகேஷின் தந்தை பக்கத்து டவுன் அரசாங்க ஆஸ்பத்திரியில் மருத்துவராய் வேலை பார்த்துக் கொண்டிருந்தபோது, கண்ணனின் குடும்பத்திற்குச் சொந்தமான வீட்டில்தான் குடியிருந்தார்கள்.

எட்டாவது படிக்கையில் கண்ணனைப் பிரிந்தவன் இப்போதுதான் வந்திருக்கிறான்.

"வெச்ச மல்லி கருகிடுச்சே

மச்சான் நீ வாராமெ...

கொல்லன் ஒலைக்குள்ள

சொக்கத் தங்கம் உருகிடுச்சே!,"

என்று பாடிக்கொண்டே அந்தப் பெண் திமுதிமுவென்று குதித்தாள்.

கால் கொலுசொலி மிரள வைத்தது. ருத்ர தாண்டவம் ஆடுவதைப் போலிருந்தது.

கண்களில் தீப்பிழம்பு தகதகத்தது.

பெண்கள் அவளை விடாமல் வளைத்துப் பிடித்திருக்க, வாய்க்கால் கரையோரமாக அவர்கள் இவர்களை கடந்து போனார்கள்.

"இந்தப் பொண்ணை எங்க கூட்டிட்டு போறாங்க?", ராகேஷ் கேட்டான்.

"மந்திரம் தெரிஞ்ச மருத்துவச்சி வீட்டுக்கு"

"மருத்துவச்சி என்ன செய்வா?"

"மந்திரம் போட்டு சத்த நேரத்தில பேய ஓட்டிருவா!", கண்ணன் சொன்னபோது ராகேஷுக்கு வியப்பு தாளவில்லை.

"உங்க ஊர் மருத்துவச்சி பேயோட்டறத நான் பார்க்கணும்.", சொல்லிக்கொண்டே வேக வேகமாய் கரையேறி, தலை துவட்டிவிட்டு உடை மாற்றினான்.

பின்னி மோசஸ்

"வா, போகலாம்," அவர்களைத் தொடர்ந்து விரைந்தார்கள்.

சற்று தொலைவில் குளத்தின் கரையிலிருந்த ஒரு குடிசை வீட்டு முன் அந்த பெண்ணைக் கொண்டு வந்து நிறுத்தினார்கள். அதற்குள் சேதி கேட்டு அந்த கிராமம் முழுக்க அந்த வீட்டு முன்னால் திரண்டிருந்தது.

வீட்டிற்குள்ளிருந்து அறுபது வயது மதிக்கத்தக்க ஒரு கிழவி வெளியே வந்தாள். திருநீறு பூசி சாந்தசொரூபியாய் தெரிந்த கிழவியின் முகம், அந்தப் பெண்ணைப் பார்த்த நொடியில் கறுத்து இருண்டது.

"யாரடி நீ?"

"லட்சி வந்திருக்கேண்டி... நரபலி கொண்டா",

"பேரச் சொல்லுடி மொதல்ல."

"நீ யாருடி அதக் கேக்க?", கேட்டு முடிக்குமுன் கிழவி `பளார்' என்று இளம்பெண்ணின் கன்னத்தில் அறைந்தாள்.

"பேரச் சொல்லுடி, பொட்டக் கழுத!"

"சுமித்ரா வந்திருக்கேண்டி...

சுட்டெரிச்சுப் போட..."

"சுமித்ரா!!!"

...பெயரைக் கேட்டதும் திரண்டிருந்த கூட்டம், நெஞ்சை பிடித்துக் கொண்டது.

புழுதிக் காற்றில் விரவிக் கலவியது குசுகுசுப்பு.

சருகொலியினின்று பிறப்பெடுத்து, ஊளையானதொரு விசும்பல் ஒலி.

வேடிக்கை பார்த்துக்கொண்டு, மீசையை தடவியபடி நின்றுகொண்டிருந்த தேவரய்யாவுக்கு உடம்பில் நெருப்பு பற்றியது. கூட்டத்தை விலக்கிக்கொண்டு முன்னால் வந்தார்.

பெண்ணொருத்தி வாய்விட்டுச் சொன்னாள், "ஊருக்குச் சனியன் பிடிச்சிருச்சு!"

சொன்னவளை தேவரய்யா சுட்டெரிப்பது போல் முறைத்தார்.

உடம்பு உதறலெடுக்க கண்ணன் ராகேஷின் கைகளைப் பற்றி இறுக்கினான்.

"இப்பவே நீ போவணும்", கிழவி கட்டளையிட்டாள்.

"போவ மாட்டேண்டி!"

"போக வெப்பேண்டி!", சொல்லிக்கொண்டு குடிசைக்குள் சென்ற கிழவி ஒரு உடுக்கெடுத்துக்கொண்டு வந்தாள். கையில் அள்ளிக் கொண்டு வந்த திருநீரை அந்தப் பெண்ணின் முகத்தில் விசிறியடித்து ஜெபித்தாள்.

"விடுங்கடி அவள", அவள் கட்டளையிட்டபோது அவளைப் பிடித்திருந்த பெண்கள், விட்டுவிட்டு விலகினார்கள்.

`திடும்திடும்' என்று கிழவி உடுக்கெடுத்து அடிக்கத் தொடங்கினாள்.

வெறி பிடித்தவள் போல அந்தப் பெண் ஆடினாள். ஆடிக் கொண்டே கேட்டாள்,

"என்னையப் பேசவிடு"

"என்ன பேசணும்?"

"அமாவாசை இராத்திரியில அழிஞ்சு போன கதை சொல்லணும்!"

"சொல்லு", கிழவி கட்டளையிட... தேவரய்யா, பிடரியிலும் கழுத்திலும் பெருக்கெடுத்த வியர்வையை, தோள் துண்டால் துடைத்துக் கொண்டார்.

அந்தப் பெண் நாட்டுப்புறப் பாடலாய், பாடத்தொடங்கினாள்.

... அன்று,

நள்ளிரவில்,

தூக்கம் வராமல் புரண்டு கொண்டிருந்த செந்தாமரைக்கு, தேவர் மூன்று முறை கனைத்து இருமும் சத்தம் கேட்டது.

"காளை கனைக்கிறது என்னத்துக்கு?", மனதிற்குள் விஷமமாய் எண்ணிக்கொண்டாள்.

"தாமரை, தண்ணி வேணும்", தேவர் கூப்பிட்டார்.

இருபத்தொரு வருடமாய் குடும்பம் நடத்துகிறவளுக்கு, அர்த்தராத்திரியில் தேவர் தண்ணி கேட்கிற ரகசியம் தெரியாதா என்ன?

விஷம புன்னகையோடு எழும்பி தண்ணீர் எடுத்துக்கொண்டு வந்தவள், மகள் சுமித்ரா படுத்திருக்கும் அறைக் கதவை ஓசை இல்லாமல் தள்ளித்திறந்து எட்டிப் பார்த்தாள்.

'சுமித்ரா தூங்கியிருப்பாளா?'

பக்கென்று செந்தாமரைக்கு நெஞ்சடைத்தது.

பாய் காலியாகக் கிடந்தது!

சுமித்ராவைக் காணவில்லை!

கொல்லப்பக்கம் போயிருப்பாள் என்ற நினைப்பில் பின் வாசலுக்கு வந்தாள். கதவு தாழிடப்படாமல் சாத்தியிருந்தது.

விளக்கை போட்டுவிட்டு வெளியே வந்து, பயம் பிடித்திழுக்க பலஹீனக்குரல் கொடுத்தாள். "சு...மித்...ரா!"

பலம் திரட்டி மறுபடியும் அழைத்தாள், "சுமித்ரா!"

பதில் குரல் இல்லையென்றபோது தண்ணீர் குவளையை நழுவவிட்டு, விறுவிறுத்துப் போய் வீட்டிற்குள் ஓடி வந்து தேவரின் முன்னால் மூச்சு வாங்கி நின்றாள்.

"என்னங்க, சுமித்ராவக் காணம்!", திக்கித் திக்கிச் சொன்னாள்.

அடிவயிற்றில் குத்துப்பட்ட தேவர் கட்டிலினின்று குதித்து எழும்பினார். முக ரேகைகளில் கேள்விக்கொக்கிகள்.

கீற்றாய் பளிச்சிட்டது கடந்த வாரத்தின் நிகழ்வு. நெல் மூட்டை கொண்டு வந்து போட்ட சேரிப்பயல் 'சிவா'விற்கு தண்ணீர் கொண்டு கொடுத்துவிட்டு முகம் சிவந்து திரும்பிய சுமித்ரா, ஞாபக மூட்டையிலிருந்து கொண்டு தலையில் இடி இறக்கினாள்.

கட்டிலில் கிடந்த துண்டை எடுத்து முண்டாசு கட்டினார். வேட்டியை மடித்துக் கட்டிய வேகத்திலேயே அவரது முரட்டுக் கை செந்தாமரையின் கன்னத்தில் கோடரியாய் விழுந்தது.

"புள்ள வளத்திருக்கியாடி... பொட்டப் புலையாடி?"

விருட்டென்று திரும்பி, கதவு திறந்து வீட்டு முற்றத்தில் நின்று கத்தினார், "ஏலேய்... முருகேசா".

கையில் தீப்பந்தங்களுடன் முற்றத்தில் ஊர் திரண்டது.

"நாம் பெத்து வளத்தக் கழுதைய காணம். தேடுங்க... எரப்பாளி பய எவங்கூடயாச்சும் இருந்தா, கண்ட எடத்திலேயே கண்டதுண்டமா வெட்டிப்போடுங்க"

செந்தாமரை, மார்பை பிடித்துக் கொண்டு முற்றத்தில் சுருண்டாள்.

தேவரின் கட்டளைக்கு பணிந்து சுமித்ராவை தேடி ஊர் முழுவதும் வெவ்வேறு திசையில் கும்பல் கும்பலாய் கலைந்தது. ஊருக்கு வடக்குப் பக்கமாய் பொட்டல் வெளிக் காட்டில் தேவர் ஒரு கும்பலுடன் நடந்தார்.

தீப்பந்தமுடன் முன்னால் நடந்து கொண்டிருந்தவரை பார்த்து ஒருவன் குரல் கொடுத்தான்.

"ஐயா, பாத்துப் போங்க. முன்னால நாடார் வெட்டிப்போட்டிருக்கிற சவக்குழி கெடக்கு"

தனக்கென்று தனது கையாலே நாடார் வெட்டிப் போட்டிருந்த கல்லறை குழிக்கு பக்கத்தில் வந்து,

கையிலிருந்த தீப்பந்தத்தை குழிக்குள் நீட்டி எட்டிப்பார்த்த தேவர், பேயறைந்தது போல் முகம் திரும்பித் தலை கவிழ்ந்தார்.

உடம்பு ஒரு முறை சிலிர்த்து அடங்கியது.

உள்ளே...

சுமித்ராவும், சேரிப்பயல் சிவாவும், கட்டித் தழுவிக்கொண்டு, கண் சொருகிக் கிடந்தார்கள்.

"முருகேசா, மண்ணெண்ண டின் வெச்சிருக்க இல்ல?", தேவரின் குரலில் வன்மமும் ரௌத்ரமும் தெறித்தது.

"இருக்குங்க ஐயா", முருகேசன் பவ்யமாய் சொன்னான்.

"என்னங்க ஐயா?",கேட்டுக்கொண்டே சவக்குழியில் எட்டிப் பார்க்க வந்த ஒருவனை தடுத்தார்.

"ஒரு பயலும் முன்னாடி வரக்கூடாது"

கூட்டம் மிரண்டு விழித்தது. ஒருவருக்கும் ஒன்றும் புரியவில்லை. பொறிக்குள் எலிகளாய் மாட்டிக்கொண்ட இருவரும் என்ன செய்வதென்று தெரியாமல் திகைத்தனர்.

மிரட்சியினின்று மீண்ட சிவா மெல்லிய குரலில் கேட்டான், "அழுவுறியா?"

"நீ இருக்கிறச்ச நா எதுக்கு அழுவணும்?" அவள் திருப்பிக் கேட்டாள்

முருகேசன் மண்ணெண்ணை டின்னை கொண்டு வந்து தேவரிடம் நீட்டினான். வாங்கியவர் அதை அப்படியே சவக்குழியில் கவிழ்த்துக் கொட்டினார்.

பின்னி மோசஸ்

என்ன நடக்கப் போகிறதென்று யூகித்துக்கொண்ட சிவா, சுமித்ராவின் இதழ்களில் அழுந்த முத்தமிட்டான்.

காதில் ரகசியக் குரலில் சொன்னான்.

"கண்ணை மூடிக்கோ"

"மூடியாச்சு", அவள் முனகினாள்.

"கட்டிப் புடிச்சிக்கோ"

அவள் அவனை இறுகப் பற்றி அணைத்தாள்.

முண்டாசுத் துண்டை அவிழ்த்து தேவர் தனது வாயில் திணித்துவிட்டு, கண்ணை மூடிக்கொண்டு கையிலிருந்த தீப்பந்தத்தை எடுத்து சவக்குழியில் வீசினார்.

நெருப்பு இருவரையும் பற்றி எரித்தது.

"சிவா", என்று அவளும்...

"சுமித்ரா", என்று அவனும் உச்சமாய் கத்தியது விண்ணைப் பிளந்தது. அந்தப் பிரதேசம் ஒருமுறை நடுங்கி அடங்கியது. வீசிய குளிர் காற்று இறுகி நின்றது.

இருவரின் குரலையும் கேட்டபின்னர்தான் கூடி நின்ற கூட்டத்திற்கு என்ன நடந்திருக்கிறது என்பது புரிந்தது.

"முருகேசா," தேவர் கூப்பிட்டார்.

"சொல்லுங்க ஐயா"

"மம்பட்டி எடுத்திட்டு வந்து சவக்குழிய இழுத்து மூடுல!" உத்தரவு போட்டுவிட்டு விறுவிறுவென்று நடந்தார்.

...உடுக்கடித்துத் தளர்ந்த மருத்துவச்சி பிரம்பால் அந்தப் பெண்ணை விளாசிக்கொண்டிருந்தாள்.

உடலெங்கும் பிரம்படிபட்டு தடித்துச் சிவந்து கிடக்க; கிராம திரளுக்கு மத்தியில் கையை விரித்து வைத்துக்கொண்டு, தலைவிரி கோலமாய் குனிந்தும் நிமிர்ந்தும் அவள் தளர்வுற்ற நிலையில் துள்ளித் துள்ளி ஆடிக்கொண்டிருந்தாள்.

"ஊரெல்லாம் கூடி நின்னு

உசிரோட புதைச்சீங்களே...

வெள்ளரிப் பிஞ்சுகள

வேரோட எரிச்சீங்களே..."

"என்ன கொடுமை இது?", பிரமிப்போடு கத்திக் கேட்ட ராகேஷை, கண்ணன் வாயில் கை வைத்து அடக்கினான்.

"இவ்வளவு நடந்தும் போலீசுக்கு சொல்லலையா?"

"இங்க அரசாங்கமே அவர்தான்"

மருத்துவச்சி கேட்டாள், "இப்ப எதுக்கு வந்திருக்க?"

"ஊரைக் கொளுத்த வந்தேன்.

உலைக்குள்ள சுருட்ட வந்தேன்!

சாதிக்குச் சமாதி வெச்சு

சரிசமங் காட்ட வந்தேன்!"

"படையல் வெக்கிறேன் போயிடுறியா?"

"போகமாட்டேன்" தலையை உலுக்கி கைகளை ஆட்டிச் சொன்னாள் இளம்பெண்.

"போக... மாட்டியா", பிரம்பால் சுள்ளென்று விளாசினாள் மருத்துவச்சி.

"போக மாட்டேண்டி...

கொட்டும் குரவையும் கொண்டா,

கொண்டைக்கு பூ கொண்டா!

பட்டுப் புடவை கொண்டா,

பச்சை இரத்தம் கொண்டா!"

அவளை அடித்து தளர்ந்த மருத்துவச்சி பிரம்பை கீழே போட்டாள். அழுகையோடு நின்று கொண்டிருந்த அந்தப் பெண்ணின் அம்மாவிடமிருந்து வேப்பிலை கொத்தை வாங்கினாள். சின்னதாய் ஒரு துள்ளல் போட்டுக்கொண்டு கேட்டாள்,

"வர்ற அமாவாசைக்கு கோழிப்படையல் வெக்கிறேன் போயிடுறியா?"

நின்ற நிலையில் குப்புறக் குனிந்து ஆடிக்கொண்டிருந்த அந்தப் பெண் சட்டென்று ஆவேசம் திரள நிமிர்ந்தாள். விழிகளை உருட்டி அலை பாயவிட்டு ஜனத்திரளை வெறித்தாள். உறுமலோடு அந்த இடத்தை இரண்டு சுற்று சுற்றினாள். கூட்டத்தின் முன்னால் வியர்வை பெருக்கெடுத்து வழிய ஓடி வந்தவள், தேவருக்கு

பின்னி மோசஸ்

முன்னால் சட்டென்று நின்று அவரது தோளில் கிடந்த துண்டைப் பற்றி தேவரின் கழுத்தை இறுக்கினாள்.

தேவருக்கு விழி பிதுங்கியது.

உரக்கக் குரலெடுத்துச் சிரித்தாள்.

"சதிகாரப் பயலுவளா

சண்டாளி வந்திருக்கேன்...

குழிக்குள்ள வெச்சவங்க

கொரவளைய கொண்டாடி!"

கூட்டத்தினின்று இரண்டு பேர் ஓடி வந்து தேவரின் துண்டினின்று அந்தப் பெண்ணின் கையை விடுவித்து பிடித்து தள்ளிவிட, அவள் மல்லாக்கப் போய் விழுந்தாள்.

மருத்துவச்சி வேப்பிலையால் அந்தப் பெண்ணின் உடலெங்கும் அடித்துக்கொண்டே, "கோழிப்படையல் வெக்கிறேன். போவியா? மாட்டியா?"... என்று அந்தப்பெண்ணின் கண்களை உற்றுப்பார்த்து ரௌத்ரமாய் கேட்டாள்.

"போயிடுறேன்... என்னைய விட்டிடு!" முனகிக்கொண்டு அந்தப் பெண் மூர்ச்சையானாள்.

"வா போகலாம்", கண்ணன், ராகேஷின் கையைப் பிடித்திழுத்தான்.

இருவரும் அந்த இடத்தைவிட்டு திரும்பினார்கள்.

"என்னடா பைத்தியக்காரத்தனம் இது? அந்தப்பொண்ணுக்கு புடிச்ச நோயை துரத்துறதுக்கு அத இப்டிப் போட்டுக் கொடுமைப்படுத்துறாங்களே?", ராகேஷ் ஆதங்கமாய் கேட்டான்.

"அதுக்குப் புடிச்சிருக்கிறது நோயில்ல, பேய்"

"பாத்தியா, மறுபடியும் எங்கிட்டயே?"

"நோய்தாண்ணா, அது என்ன நோய்? எனக்கு விளங்கிறபடியா சொல்லு."

"இந்த நோய எங்க மருத்துவ மொழியில 'ட்ரான்ஸ்பர் ஆப் ஐடெண்டிட்டி 'ண்ணு சொல்லுவோம். அதாவது சுமித்ராங்கிற பொண்ணோட இறப்பு, இந்தப் பொண்ணை அதிகமா பாதிச்சிருக்கணும். அந்தப்பெண்ணை இந்தப்பொண்ணு ஒரு காவியத் தலைவி மாதிரி நினைக்க ஆரம்பிச்சிட்டா.இந்த நினைப்பு,

அந்தப் பொண்ணோட ஆவி தனக்குள்ள குடியேறியிருக்கிறதா நம்புற நிலைமைக்கு கொண்டு வந்து விட்டிடுது. நாளடைவில அந்தப் பொண்ணுதான் நான், என்கிற தீர்மானமான உணர்வு வந்திடுது. அந்த உணர்வோட உச்சகட்ட வெளிப்பாடுதான், இந்த பேய் துள்ளல்."

புரிந்தும் புரியாமலும் கேட்டுக்கொண்டு வந்த கண்ணன் திருப்பிக் கேட்டான்,

"அந்தப் பொண்ணு துள்ளிக்கிட்டே பாடின நாட்டுப்புறப் பாட்டை கவனிச்சியா?"

அவள் பாடிய பாடல்களை, திரும்ப ஞாபகப்படுத்திப் பார்த்தான் ராகேஷ்.

"ஆஹா, அற்புதம்! ஈரக்காத்தில சகதி வாடையும் புது நெல்லு வாசமும் குழைஞ்சு வர்ற சுகம்... பாசி புடிச்ச பாறையிலேந்து கண்ணாடி மாதிரி வழியிற தமிழ் தண்ணீர்... ருத்ரதாண்டவமா இருந்தாலும் அதில இருந்த நயமும், ஓசையும் வியப்பா இருக்கு. இன்னும் பலமுறை கேட்கணும்போல இப்ப எனக்கொரு உந்துதல் வருது."

"நானோ, இந்தக் கிராமமோ அந்தப் பொண்ணை திகிலோட பாத்துக்கிட்டிருந்ததுக்கு காரணம், அதுக்கு பேய் பிடிச்சிருக்கிங்கிறதுக்காக மட்டும் இல்ல", கண்ணன் ஆச்சர்யத்திலிருந்து விடுபடாமலே சொன்னான்.

"வேற எதுக்காக ஆச்சர்யப்படுற நீ?"

"அந்தப் பொண்ணுகிட்டயிருந்து இந்த நாட்டுப்புறப் பாட்டு எப்பிடி வருது?"

"அது இந்த கிராமத்திலேயே பிறந்து வளர்ந்த பொண்ணு. இந்த மண் வாசம் அதோட இரத்தத்தில கலந்தது. இதில ஆச்சர்யப்பட என்ன இருக்கு?"

"ஆனா அந்தப் பொண்ணு கிட்டத்தட்ட ஒரு ஊமச்சி!!"

டாக்டர் ராகேஷ் அதிர்ந்தான்.

"ஆமா. அந்தப்பொண்ணுக்கு பிறவியிலேயே ரொம்ப மோசமான திக்குவாய். சேர்ந்தாக்க ரெண்டுவார்த்தைகூட அதால பேச முடியாது! வீட்லகூட அது எதுவாவது முக்கி முனகிறதோட சரி. ஊர்ல எல்லோரும் அத ஊமச்சிண்ணே கூப்பிடுவாங்க."

"என்ன சொல்ற நீ?"

"ஆமா, உண்மையத்தான் சொல்றேன். இன்னைக்கு மட்டும் அதால எப்பிடி அருவி மாதிரி, எந்த திக்கலுமில்லாம பாட்டா பாட முடிஞ்சுது?"

சட்டென பதில் சொல்ல முடியாதவனாய் நெற்றியைத் தேய்த்தபடி ராகேஷ் யோசனையாய் நடந்தான்.

ஆமை

கார்ப்பரேஷன் ஆஸ்பத்திரி சுவரில் 'போலியோ ஒழிப்பு' விளம்பரம் எழுதிக்கொண்டிருந்தான் கோவிந்து. "சொட்டு மருந்து கொடுக்கத் தவறாதீர்கள்", என்று நாள் குறித்துக் கொண்டிருக்கையில் பின்புறமாய் சாலையில் யாரோ 'ங்ணிங், ங்ணிங்' என்று சைக்கிள் மணியடித்துக் கூப்பிட்டது கேட்டது.

திரும்பினால், தான் கூடாரமடித்துத் தங்கியிருக்கும் வழித்துணை பிள்ளையார் கோயிலுக்குப் பின்புறத்திலிருக்கும் ஹவுசிங் போர்டு பையன் ரங்கா ஒரு கால் தரையிலும், இன்னொரு கால் பெடலிலுமாக நின்று கொண்டிருந்தான்.

"நைட் ஷிப்ட் டூட்டி பாக்கிற மல்லிப்பூ கோழிங்க மைக் புடிச்சு எய்ட்ஸ் பயங்காட்றா மாதிரி... செம ஜோக்குதாம் போ," என்று சிரித்தான்.

"அடச்சீ போடா." கோவிந்து விரட்டினான்.

"வரட்டா மாமே" என்றபடி சைக்கிளை மிதித்துக் கொண்டு கிளம்பிய ரங்காவின் கால்களை பார்த்து லயித்தான் கோவிந்து.

"என்ன லாவகமாய் இயங்குகின்றன கால்கள்?" ஒரு கால் மேலெழும்புகையில், இன்னொரு கால் கீழ் நோக்கி அழுத்தி எத்தனை லயமாய் சக்கரம் போலவே சுழல்கிறது?

உட்கார்ந்திருந்த ஸ்டூலில் கோவிந்துவின் இரண்டு கால்களும் ஒன்றுக்கொன்று பின்னியும், விடுபட்டும் அறுபட்ட கொடிபோல ஆடிக்கொண்டிருந்தது!

கையில் பிடித்திருந்த தூரிகையைப் பார்த்து, தனது கால்களையும் பார்த்துக்கொண்டான். தூரிகையைப் போலவே சூம்பிப் போன கால்கள்!

'திண்'ணென்று முறுக்கேறி, உருண்டு விரிந்த முப்பத்தைந்து வயது தேகம். கை புயங்கள் பனங்காய்போல திமில்களாய்

பின்னி மோசஸ் 59

திரண்டு, அழுக்கேறிய அரைக்கை சட்டையை நெரித்துத் திமிறிக் கொண்டிருந்தது.

ஒன்றின் இழப்பை இன்னொன்று ஈடு செய்கிற இயற்கையின் வித்தை!

பெயிண்டிங் காண்ட்ராக்டர் கனகமுத்து, காசு பேறாத போலியோ விளம்பரம் பிடிப்பது கோவிந்துவை நம்பித்தான். 'ஆக்ஸைடோ', 'ப்ளோரசென்டோ' வாங்கிக் கொடுத்துவிட்டு, பாக்கெட்டைத் துழாவி கைக்கு சிக்குகிற ஐந்தோ, பத்தோ கொடுத்தால் போதும்... ஒரு நாளில் முடிக்க வேண்டிய சுவரை மூன்று நாள் உட்கார்ந்தாவது கோவிந்து எழுதி முடித்துவிடுவான்.

சாலையில் சாமிப்படம் வரைகிறபோது வெகு லாவகமாய் இயங்கும் கைகள், சுவரெழுத்து அதிகப் பழக்கமில்லாததால் தூரிகையோடு திணறும். நீள வேண்டிய இடத்தில் குறுகி, வளைய வேண்டிய இடத்தில் கோடாகி, எழுத்துக்கள் தெற்றுப் பல் காட்டி இளித்துக்கொண்டிருக்கும்.

"நாலு சுவத்தில எழுத வேண்டிய பெயின்ட்ட ஒரே சுவத்தில பூசி மெழுகிட்டியா?" என்று கனகமுத்துவிடம் வசவு வாங்கினாலும், அந்த விளம்பரம் தருகிற நிறைவு அவனது வாழ்க்கையின் அற்ப சந்தோஷம்.

பலம் பொருந்திய கால்கள் நெஞ்சில் ஏறி நின்று, மிதித்துக்கொண்டிருக்கிற வலிக்கு ஒத்து போடுகிற சுகம்!

அந்தி நழுவிக்கொண்டிருக்கையில் எழுதி முடித்துவிட்டு, பெயின்ட் டப்பாக்களை மூடி பைக்குள் போட்டான். தூரிகைகளை டர்பன்டைனில்கழுவிக்கொண்டே ஆஸ்பத்திரி பியூனை கூப்பிட்டான்.

"முடிஞ்சிருச்சு சார்... ஸ்டூலை எடுத்துக்கிறீங்களா?" வெளியே வந்த பியூன் சுவரை பார்த்தபடி கேட்டான்,

"என்ன கோவிந்து ... த,ந,றவெல்லாம் ஒங் காலைப் போலவே இருக்கு?"

"அத மொதல்ல எழுதினவனும் என்னை மாதிரி ஆமையா இருந்திருப்பான்."

பியூன் சிரித்தான்.

தன்னைத் தானே இகழ்ந்தபடி சிரித்துப் புதைத்துவிடுகிற தீராச் சோகம்... கால்களற்று அலையும் கனவுகள்!

சின்ன ரப்பர் சக்கரங்கள் மாட்டிய பலகையில் (வண்டி என்று பெயர்) தவழ்ந்து உட்கார்ந்து, பையை எடுத்துக்கொண்டு கைகளை தரையில் ஊன்றி தள்ளியபடி நகர்ந்தான்.

தவழ்ந்து சுமக்கிற சோகம், பாறையாக உறைந்ததைப் போல முதுகுத் தண்டில்... வளைந்து புற்று போல எழும்பி, முடிச்சிட்டு முற்றியிருக்கும் முதுகெலும்புத் திண்டு.

ஹவுசிங் போர்டின் ரங்காவைப் போன்ற விரால்கள் அந்த எழும்புத் திண்டை பிடித்துத் திருமியும் குட்டியும் ஆமை ஓட்டுவார்கள்... "ஆமை ட்ர்ர்ர்."

கோவிந்து யாரிடமும் கோபிப்பதில்லை. "விட்றா டேய்," என்றபடி நகர்ந்துவிடுவான்.

சாலை ஓரத்துப் பேருந்து நிறுத்தத்தில், அடம்பிடித்து அழுதுகொண்டேயிருந்த ஒரு குழந்தையின் கன்னத்தையும் கழுத்தையும் அம்மா ஒருத்தி கொஞ்சிக்கொண்டிருந்தாள்.

'தனது அம்மா யாரோ?'

'அவள் இவளைப் போலவே நெற்றியில் வட்டமாய் பொட்டு வைத்து, முகத்தில் மஞ்சளை பூசியபடி மூக்குத்தி மின்ன சிரிப்பாளா?'

சுமந்த பாவத்திற்காக இழுத்து வெளியே வீசியெறிந்துவிட்டுப் போய் விட்டாள்.

கூடாரம் போட்டுத் தங்கியிருக்கிற பிள்ளையார் கோயிலுக்கு வந்து பையைத் தூக்கிப் போட்டான். கோயிலை ஒட்டிய நடைபாதையில் சாக்கு, ப்ளாஸ்டிக் கோணிப்பைகள் கட்டிக் கோர்த்து மறைப்பும் கூரையும் பின்னி வைத்திருக்கிற கூடாரம். அதற்கு முன்பு, 'கோவிந்து ஓவியக் கூடம்', என்று தங்க நிறத்தில் எழுத்துக்கள் மின்னி ஒளிர்வதாக அடிக்கடி இரவு கனவுகளில் இம்சை.

வண்டியை தள்ளியபடி எதிர் தெரு கிருஷ்ணனின் டீ கடையை பார்த்து நகர்ந்தான். கடைக்கு முன்னால் பின்னங்கால்களை மடித்து குந்தியிருந்தபடி, கழுத்தை வெட்டித்திருப்பி அரக்கப்பரக்க பார்த்துக் கொண்டிருந்த ராமு நாய் கோவிந்தை பார்த்ததும் நாக்கைத் தொங்கவிட்டபடி எழும்பி ஓடி வந்தது.

அதன் கழுத்தை தடவியபடி கடையை பார்த்து கேட்டான், "டீ கூடு கிருஷ்ணா".

பின்னி மோசஸ்

கிருஷ்ணன் திருப்பி கேட்டான். "காசிருக்கா?"

"இல்ல கிருஷ்ணா... நாளைக்கு கண்டிப்பா தந்திட்றேன்".

"இப்டியே ரெண்டு வாரமா மேஜிக் காட்ற... காசிருந்தா வாங்கிக்க."

"நாளைக்கு முருகன் கோயில் பக்கத்தில பட்ம் போட்றேங் கிருஷ்ணா... காசு கெடைக்கும்."

"றோட்ல படம் போட்டு அஞ்சோ பத்தோ பொறுக்கிறத விட்டுட்டு ஒனக்கெதுக்கிய்யா இந்த சுவரெழுத்தும் சுண்ணாம்படிப்பும்?"

கோவிந்து பதில் சொல்லவில்லை. அந்த சந்தோசத்தை கிருஷ்ணனிடம் விளக்க முடியாது. 'பெரிய இவரு' என்பான்.

"காசில்லேண்ணா நாளைக்கு கடைப் பக்கம் வராதே," என்று உறுமியபடி கிருஷ்ணன் டீயும் இரண்டு பிஸ்கட்டும் கொண்டு வந்து கொடுத்தான்.

பிஸ்கட்டை ராமுவிற்கு போட்டுவிட்டு, டீ குடித்துவிட்டு கூடாரத்திற்கு திரும்புகையில், வாலாட்டியபடியே ராமுவும் கூட வந்து கூடாரத்திற்கு முன்னால் படுத்துக் கொண்டது.

`இரவுச் சாப்பாட்டிற்கு என்ன வழி?' என்று யோசித்தபடி கால் முட்டி குமிழை சொறிந்தான். இட்லியும் தோசையுமாய் கடன் வைத்த காசிற்கு பக்கத்துத் தெரு முத்துலட்சுமி பாட்டி இரண்டு மூன்றுமுறை தேடிவந்து விட்டாள். 'கோவிந்து ஓவியக் கூடம் இருக்கிறதா, இல்லையா?' என்று, நோட்டம் விட்டுவிட்டு போவாளாக இருக்கலாம்.

'காலைல பாத்துக்கலாம்',என்றெண்ணியபடி நோட்டையும் பென்சிலையும் எடுத்து' என்ன வரையலாம்?', என்று தாடியைச் சொறிகையில், கை இயல்பாகவே பேருந்து நிறுத்தத்தில் பார்த்த அம்மாவையும் குழந்தையையும் அவுட் ஸ்கெட்ச் போடத் தொடங்கியது.

விவரம் தெரிந்த நாள் முதல் நெஞ்சில் முளைத்து, வானம் தொட்டு, வர்ணக் கிளை பரப்பியிருக்கும் மரமொன்று!

`ஒரு நல்ல ஓவியனாகிவிடவேண்டும்.'

எப்போதும் கனவில் உதிர்ந்து கொண்டிருக்கும் வண்ண வண்ணமான இறகுகள்!

கிளியின் பச்சை... மரங்கொத்தியின் கொண்டையில் பூத்திருக்கிற சிவப்பு... மீன் கொத்தியின் நீலம்... மைனாவின் கருஞ்சாம்பல் சிறகு விரிகிறபோது, சிறகு மத்தியில் பளீரடிக்கிற வெண்மை... அதன் கண்ணோரத்து ஆரோ மார்க் மஞ்சள்... அண்டங் காக்கையின் கறுப்பு... என விதவிதமாய் கனவில் விரிந்து மிதக்கிற சிறகுகளின் நிறங்கள் மூட்டுகிற கிளர்ச்சியும், வெது வெதுப்பும் தான் சக்கர வண்டியின் மீது உயிரை உட்கார்த்தி, நாள்களை உருட்டுகிறது.

ஸ்டூலில் உட்கார்ந்தபடி தான் வரைந்து கொண்டிருக்கிற 'போர்ட்ரெட்டை!', சுற்றி உட்கார்ந்து நாட்டின் மிகப்பெரிய ஓவியர்கள் மூக்கில் விரல் வைத்து வியந்துகொண்டிருப்பது போல...

லலித் கலா அக்காடெமியில் அரங்கேற்றிய ஓவியக் கண்காட்சியை பார்த்துவிட்டு, கோவிந்து ஓவியக் கூடத்திற்கு முன்னால் தொடங்கி, ஹவுசிங் போர்டு குடியிருப்பையும் தாண்டி பெரும் பணக்காரர்களின் கார்கள் அணி வகுத்து நிற்பது போல (ஓவியத்தை ஏலத்தில் எடுக்கத்தான்)...

தனது ஒரு படத்தை பிரசுரம் செய்வதற்கு நாட்டின் மிகப் பெரிய பத்திரிகை நிறுவனங்கள் குடுமி பிடித்துக் கொள்வது போல...

கனவுகள்... கனவுகள்!

கால் ஊனமுற்றவர்களுக்கான விசேஷ காரை ஸ்டைலாக ஓட்டியபடியே வந்து, கிருஷ்ணனின் கடைக்கு முன்னால் நிறுத்தி, கண்ணாடியை பாதி இறக்கி, அதிகாரத்தோடு ஆர்டர் செய்கிறான்,

"கிருஷ்ணா... ஒரு ஏலக்காய் டீ."

ரங்கா பையனும் விடலைகளும் கண்கள் விரிய காரை தடவிப் பார்க்க...

பின் சீட்டில் தலையை வெளியே நீட்டியபடி, நாக்கைத் தொங்கவிட்டுக் கொண்டு ராமு நாய். (கூலிங் கிளாஸ் மாட்டியபடி)

கடைக்கு முன்னால் டீ குடிப்பவர்கள் எழும்பி நிற்க, கம கமவென்று ஆவி சுழல்கிற டீயை நீட்டியபடி கிருஷ்ணன் பவ்யமாய் நிற்கையில் , "சப்பென்று முகத்தில் விழுகிற பல்லி எச்சத்தால் முழிப்பு தட்டும்.

தனது தலைவனின் பிறந்த நாளுக்கென்று தானமாய் வழங்குகிற மூன்று சக்கர சைக்கிள் வாங்கித் தருவதாய் சொல்லி, சேர்த்து வைத்திருந்த காசை பத்து, இருபதென்று வாங்கிக் குடித்து ஏப்பம் விட்ட வட்டப் பிரதிநிதி கட்டிங் ஜகன்னாதன் ஞாபகம் வரும்.

சிரித்தபடி புரண்டு படுத்துக் கொள்வான்.

சிறு வயதிலிருந்தே கிடைக்கிறதை தின்று, நினைக்கிற இடத்தில் படுத்து ஊர் ஊராக அலைந்து கொண்டிருக்கையில், கையில் கிடைக்கிற சுண்ணாம்பு கட்டி, கரித்துண்டு, செங்கல் துண்டுகளை வைத்து பார்க்கிற இடமெல்லாம் கிறுக்கிக் கொண்டிருந்தான்.

யாராவது வரைகிற ஒருவனிடம் உதவியாளனாக சேர்ந்து விடவேண்டும்... வயிற்றுக்கும் பஞ்சமிருக்காது என்றுதான் சென்னைக்கு வந்தான்.

கம்பெனிகளுக்கு விளம்பரப் படங்கள் வரைகிற ஓவியக் கூடங்களுக்குச் சென்று, எடுபிடியாக வைத்துக் கொள்ள சொல்லி தொழுது நின்றபோது யாரும் அவனுடைய கைகளை பார்க்கவில்லை. கால்களை பார்த்தார்கள்.

‘குறுக்கும் நெடுக்குமாய்’ பார்த்துவிட்டு, “உன்ன சேர்த்துகிட்டா உனக்குத் தனியா ஒரு எடுபிடி வைக்கணுமே”, என்று நமுட்டுச் சிரிப்பு சிரித்தார்கள்.

இலக்கே புரியாமல் தெருத் தெருவாய் சுற்றி நாள்களை கடத்திக் கொண்டிருந்த போதுதான் சாலையில் சாமிப்படம் போட்டு காசு பார்க்கிற செவிட்டு சாமியாரிடம் சகவாசம் வாய்த்தது.

சுருட்டு வாங்கிக் கொண்டு வரவைத்து... சாயந்திரமானா கள்ளச்சாராயம் வாங்கி வரச் சொல்லி...’பிறில்லிமினறி’, மெயின் டெஸ்ட்’ எல்லாம் வைத்து பரிசோதித்து பார்த்த பிறகே கோவிந்தை சாமி சிஷ்யனாக ஏற்றுக் கொண்டார்.

சாமியார் படுத்துக்கொள்கிற நடை பாதையிலேயே குருகுல வாசம். அவரது தாடிச் சடைக்கு சிக்கெடுப்பதுதான் காலையில் எழும்பிச் செய்கிற முதல் பணிவிடை. சுருண்டு சிக்குப்பிடித்து... புடலங்காயாய் நீண்டு தொங்குகிற தாடிக்கு சிக்கெடுக்கையில், எருமைக்கு மொட்டையடிக்கிற ஞாபகம் வந்து மனதிற்குள் சிரிப்பு முட்டும். பொத்தி பொத்தி உள்ளுக்குள் அடக்கிக் கொள்வான்.

தப்பித்தவறி வெளியே விழுந்துவிட்டால், சாமி தண்டு கமண்டலத்தால் முதுகுத் திமிலை இடம் மாற்றி விடுவார்.

சாமி, பெயருக்குத்தான் சாமி.

இரவானால் கூந்தலில் கூடை கூடையாய் மல்லிப் பூ சுமந்த பெண்கள் யாராவது சாமியை தேடிக்கொண்டு வருவார்கள். அவரிடம் நல்ல காசு புழங்குகிறது என்பதும், அவர்களுக்குத் தெரிந்த ரகசியம்.

கோவிந்து கொட்ட கொட்ட விழித்திருப்பதையும் பொருட்படுத்தாது, சாமி பிளாட்பாரத்திலேயே 'தீர்த்தயாத்திரை' தொடங்குவார்.

கோவிந்தின் மனதிற்குள் சூறைப் பேய்கள் வெறிபிடித்தபடி தலைவிரி கோலமாக ருத்ர தாண்டவம் ஆடும்.

நாராசமாய் நெஞ்சை கிழித்துப் போடுகிற அந்த முனகல்கள், இப்போதும் எகிப்து மம்மியாய், மனப் பிரமிடில் வாய் பிளந்து தூங்கிக்கொண்டிருக்கிறது.

'விழித்துக் கொள்கையில்?'

முப்பத்தைந்து வயதான பின்னும் ஒரு பெண்ணின் வாசம் நுகர முடியாத நகரம்.

ஒளிவு மறைவின்றி பேசுகிற கிருஷ்ணனிடம் ஒருமுறை கொட்டி விம்மியிருக்கிறான்.

"நொண்டியடிக்கிற உனக்கு அந்த நெனப்பு வேறயா?" என்று கிருஷ்ணன் கேட்டான்.

"காலோட சேர்ந்து ஒடம்பும் மொடங்கிப் போயிருந்தா அந்தக் கவலை இல்லையே?".

விம்மல் வெடித்துவிடும் போலிருந்தது.

"அட விடுப்பா... அதெல்லாம் ஒரு விசயமா? அது இல்லாம மனுஷன் வாழவே முடியாதா?" கிருஷ்ணன் போதி மரப் புத்தனாகிவிட்டான்.

பார்சல் டீ வாங்க வருகிற ஹவுசிங் போர்டு பெண்களிட மெல்லாம் வயது, பேதம் பாராமல் இரட்டை அர்த்த ஜோக் சொல்லி கை நீட்டுகிற நவீன கிருஷ்ணனின் ஞான உபதேசம்.

"எல்லா ஜீவராசிகளின் பிறப்பின் நோக்கமே இனவிருத்திதான் என்றிருக்கையில், தனக்கு மட்டும் அது பெரும் பாவமாக விதிக்கப்பட்டிருக்கிறதா என்ன? ம்ஹூம்...'

செவிட்டுச்சாமி திடீரென்று ஒரு நாள் 'வாரணாசி போறேம்பா' என்று கிளம்பியபின் கோவிந்து தனியாக படம் போடத் தொடங்கினான்.

சாலையோரத்தில் கடவுளின் படத்தை வரைந்து, அதன்மீது வருகிற போகிறவர்கள் சுண்டி எறிகிற காசை பொறுக்கி எடுக்கையில் கூச்சம் குரல்வளையை நெரிக்கும். ஆந்திரா மெஸ்ஸில் டோக்கன் வாங்கிவிட்டு சாப்பிட உட்கார்ந்தால் இலையின் மீது பல நூறு கைகள் விரவி நிற்கும். 'வரைதல் வாழ்வின் இலட்சியமாக இருக்கையில், அதை வைத்து வயிறு வளர்த்துக் கொண்டிருப்பது அருவருப்பாகி குடலைப் புரட்டுகிறதே? ஆனாலும் வாழ்ந்து தொலைக்க வேறென்ன வழி?

வயிற்றுக்குப் போக மிச்சம் பிடித்த காசில், பேப்பர், கலர் பென்சில், ஸ்கெட்ச், வர்ணங்கள்... என்று வாங்கிக் கொண்டு தனக்கு கிளர்ச்சியூட்டுகிற படத்தையெல்லாம் பார்த்து பார்த்து வரைந்துகொண்டிருப்பான்.

வண்ணப் புகழ் மரத்தின் உச்சி நுனியில் ஊஞ்சலாடிக் கொண்டிருக்கிற "லிபி"யின் ஓவியங்கள் அவனுக்கு பெருங்கிளர்ச்சியும், போதையும் ஊட்டியது.

"அந்த மந்திர விரல்களுக்கு என்ன சக்தி? என்ன நுட்பம்?"

லிபியின் ஓவியங்கள் வருகிற எல்லா புத்தகங்களையும் ஒன்றுவிடாமல் வாங்கி, அந்த ஓவியங்களை பார்த்து பார்த்து நுணுக்கங்களை கற்றுக்கொள்வான்.

வரைந்து வைத்திருக்கிற விதவிதமான படங்களையெல்லாம் எடுத்துக்கொண்டு, லிபியிடம் காட்டவேண்டுமென்று இரண்டு மூன்று முறை அவரது வீட்டிற்கும் சென்றிருக்கிறான்.

வீட்டை நெருங்க நெருங்க கால்கள் பின்னலிட்டுக்கொள்ள, ஒரு இனம் புரியா பயம் முளைக்கும். வீட்டை விட்டு கொஞ்ச தூரம் தள்ளியே நடைபாதையோரத்தில் மேற்கொண்டு நகர முடியாமல் சக்கர வண்டியை நிறுத்திவிடுவான். அவரது வீட்டிற்கு கார்கள் வருவதும் போவதுமாக இருக்கும். அவர் காரில் வெளியே போவதையும் பார்த்திருக்கிறான். ஆனாலும் வீட்டு வாசலில் நிற்கிற செக்யூரிட்டியிடம் சென்று "லிபி"யை பார்க்க வேண்டும் என்று சொல்ல நெஞ்சு துணிந்ததில்லை.

அவர் "எதற்கு?" என்று கேட்டால் என்ன பதில் சொல்வது. "எனது ஓவியங்களை காட்ட வேண்டும்' என்று சொன்னால் அவர் கழுத்து நரம்பு புடைக்க சிரிக்கமாட்டாரா?

"எல்லாம் தாண்டி லிபியின் பக்கத்தில் சென்றுவிட்டாலும், அவர் தன்னை பார்த்த மாத்திரத்தில் பிச்சைக்காரனாக கருதிக்கொண்டு காசை எடுத்து நீட்டிவிட்டால் என்ன செய்வது?" என்ற கேள்வி அதற்கு மேல் அவனை நகரவிட்டதில்லை.

மனம் கறுத்து இருள புறந்திரும்பி வந்துவிடுவான்.

லிபியை மானசீக குருவாய் மனதில் வரிந்துகொண்டு அவரது மிகச் சிறந்த ஓவியங்களையெல்லாம் சேகரித்தான். பத்திரிகைகளில் வருகிற அவரது ஓவியங்களையெல்லாம் பிரித்தெடுத்து நூல் கோர்த்து புத்தகமாக்கி வைத்தான்.

பழைய புத்தகக் கடைகளில் தேடித் தேடி நூல் கோர்த்து பொக்கிஷப்படுத்திய இன்னொரு புத்தகம், மிகப்பெரிய ஓவியர்கள் தீட்டிய காலத்தால் அழிக்க முடியாத ஓவியங்கள்... லியனார்டோ டாவின்சியின் 'மோனலிசா', 'லாஸ்ட் சப்பர்..., பிக்காசோவின் 'கோர்ணிகா,' ரவிவர்மாவின் 'கேலக்ஸி,' மைக்கேல் ஏஞ்சலாவின் 'ரோம் தேவாலய ஓவியங்கள்,' என்று பொக்கிஷமாய் பாதுகாக்கிற புத்தகத்தை ஒருநாள் ரிக்ஷாக்காரன் மயில்சாமி குடிபோதையில் தூக்கி வீசியெறிந்தான்.

"நைன்டி அடிக்க கம்மியாயிருக்கு மாமே... பத்து ரூபா வெட்டு", என்று லுங்கியைத் தூக்கி கட்டியபடி வந்தான் மயில்சாமி.

"கைல ஒத்த ரூபா இல்ல", என்று கோவிந்து சொன்னதை நம்பாமல், அடுக்களையில் புகுந்த எருமைபோல கூடாரமெங்கும் துழாவினான். காசு கிடைக்காத எரிச்சலில் கையில் கிடைத்த அந்த பொக்கிஷத்தை எடுத்து வெளியே வீசினான்.

யாரிடமும் கோபப்பட்டறியாத கோவிந்திற்கு அன்று ஆத்திரம் தலைக்கேறி முட்டியது. உடம்பு பரபரவென்று திமிறி நெரிந்தது.

மயில் சாமியின் கையைப் பிடித்து பின்புறமாய் முறுக்கி வளைத்து, காலைத் தட்டிவிட்டு தரையில் குப்புறக் கவிழ்த்தினான். "ஏய்... ஏய்...", என்று சுற்று வட்டார தெருக்களையெல்லாம் மிரட்டி வைத்திருக்கிற மயில்சாமி, கோவிந்தின் ராட்சஷக் கைகளிலிருந்து தப்பிக்க முடியாமல் திணறிக் கத்தினான். அவனது சத்தம் கேட்டு கூடாரத்திற்கு முன் தெரு ஜனம் திரண்டது.

மயில் சாமியின் மீது கவிழ்ந்து படுத்து, அவனது கழுத்தை வளைத்து நெரித்துக்கொண்டிருந்த கோவிந்தின் கையை ஆளாளுக்கு பிடித்து இழுத்துப் பார்த்தார்கள். காட்டு உடும்பாய் கழுத்தைச் சுற்றியிருந்த அவனது கையை பிரிக்க முடியாமல் தெரு ஜனம் திணறி... கடைசியாய் கிருஷ்ணன் வந்து மயில்சாமி வீசியெறிந்த புத்தகங்களை எடுத்து கூடாரத்திற்குள் கொண்டு வைத்துவிட்டு வந்து "விட்டிருடா கோவிந்து... செத்துரப் போறான்," என்று உரிமையோடு சொன்ன பிறகே பிடியை தளர்த்தினான்.

பிடி தளர்ந்ததும் மயில்சாமி எழும்பி ஒரே ஓட்டமாய் ஓடினான். வெகு தொலைவில் சென்று நின்றுவிட்டு கூவத்து பாஷையில் தோகை விரித்து ஆடத் தொடங்கினான், கோவிந்து இரண்டு எட்டு முன்னால் நகர, மறுபடி மயில்சாமி அங்கிருந்து ஹவுசிங் போர்டுக்குள் ஓடி மறைந்தான்.

அம்மாவையும் குழந்தையையும் வரைந்து முடித்துவிட்டு பென்சிலை தாடிக்குள் விட்டுச் சொறிந்தபடி படத்தை உற்றுப் பார்த்து மெய்மறந்தான் கோவிந்து. அந்த அம்மாவின் முகத்தில் கருணையும், கனிவுமாய் ஒரு அசாதாரண ஜொலிப்பு படர்ந்திருந்தது. உதட்டோரம் மின்னுகிற புன்னகைக்குள் அடைபட்டுத் திமிறிக் கொண்டிருக்கிற சொல்ல முடியாத் துயரம்!

அவள் தன்னைப் பார்த்து கை நீட்டுகிறாள்... அழுக்கேறிய தலை முடிக்குள் விரல்களால் கோதி, "என்ன கோவிந்து," என்று மண்டையில் குட்டுகிறாள்.

"அம்மா!" உதடுகள் முணுமுணுக்க, நோட்டை நெஞ்சில் வைத்தபடி சாய்ந்து படுத்துக்கொண்டான்.

அதிகாலையில் பிள்ளையார் கோவிலுக்கு இரண்டு மூன்று தெருக்கள் கடந்திருக்கும், அந்த ஏரியாவின் பிரதான சாலைக்கு வந்தான்.

வழக்கமாய் சாமிப் படம் போடுகிற இடம். சாயப் பொடிகளை கிண்ணத்தில் கொட்டிவிட்டு, கலர் சாக்பீஸ்களை எடுத்து வைத்துக்கொண்டு எந்த சாமியை வரைவதென்று யோசித்தான்.

இதற்கு முன்னால் அதே இடத்தில் 'கண்ணன்' படம் போட்டிருந்தான். இன்றும் கண்ணன் படத்தையே வரையலாம் என்று தோன்றிய எண்ணத்தை மாற்றிக்கொண்டு, இராமனது படத்தை வரையத் தொடங்கினான்.

கண்ணன் படத்தை போட்ட அன்று மாலையில் இளம் பெண்ணொருத்தி படத்தையே லயித்துப் பார்த்தபடி நடந்து, எதிரில் வந்துகொண்டிருந்த ஒருவன் மீது தன்னை மறந்து மோதிக்கொண்டாள்.

"சாறி...", என்று மோதியவனிடம் சொல்லிவிட்டு கொஞ்ச தூரம் நடந்தவள் திரும்பி வந்தாள். கைப் பையை திறந்து பத்து ரூபாய் நோட்டை எடுத்து முன்னால் நீட்டினாள்.

"போடுங்க எடுத்துக்கிறேன்", என்றான் கோவிந்து. "இந்தப் படத்து மேல என்னால காசை விட்டெறிய முடியாதுங்க." என்றாள் அவள்.

கை நீட்டி ரூபாயை வாங்கிக் கொள்கையில், உள்ளங்கையில் அவளது தளிர் விரல்கள் தழுவிப் பிரிந்தது! அன்று இரவுக் கனவில் அவள் வந்தாள்.

பச்சை பசும் புல்வெளியின் மீது சிறகை விரித்தபடி, வெண் பனியால் உருக்கி வார்த்த சிற்பம் போல... முகில் தேவதையாய் அவள் மிதந்து வந்தாள்.

கவனித்துப் பார்த்தபோது அவளுக்கு கால்கள் இருப்பதாக தெரியவில்லை!

'தேவதைகளுக்கு கால்கள் இருக்காதோ?!'

பசும் புல்வெளியின் வலது ஓரத்தில் கண்ணன் நின்று புல்லாங் குழல் இசைக்க... அவனது கீதம் நீரூற்றாய்...ஓடையாய்... வாய்க்காலாய்... பேரருவியாய்... காட்டாறாய்... பெருகிப் பெருகி வழிய...

வெண் பனி தேவதையின் கருங் கூந்தல் காற்றில் அலைபாய்ந்து வெளியெங்கும் விரியவிரிய... எங்கிருந்தோ வில்லிலிருந்து விடுபட்டு, பாய்ந்து வந்த அம்பு அவளது நெஞ்சை துளைத்துக் கிழிக்கிறது!

குருதி கொப்புளிக்க, அந்தரத்தில் துடிதுடித்தவள் புல்வெளியெங்கும் இரத்தச் சிறகு விரித்து சுருண்டு விழுகிறாள்!

புற்களின் இதழ்களில் பனி பூத்திருந்த இடங்களிலெல்லாம் இரத்தம் மொட்டு விரிக்க... அவள் உருகிக் கரைந்து ஒரு தீபமாகிறாள்! அந்த தீபம் தவழ்ந்து தவழ்ந்து மேல் நோக்கி எழும்பி வர்ணக் கலவையாய் விரிந்த எல்லையற்ற வெளியில் மிதந்து அலைய...

வியர்வை கொப்புளித்து, உடல் வெடவெடக்க, கோவிந்து முழிப்பு தட்டி எழும்பி உட்கார்ந்தான். காலடியில் ராமு படுத்து தூங்கிக்கொண்டிருந்தது.

அம்பறாத் தூணியை வரைந்துவிட்டு, ராமனுக்கு மாலைகள் அணிவித்துக் கொண்டிருந்தபோது திடுமென்று சந்தேகத் திரை வந்து விழுந்தது.

'தனது வரைதல் தவறாகிவிட்டதா?'

வலது கோணத்திலிருந்து பார்த்தபோது இராமனின் முகத்தில் கண்ணனின் சாயல் படிந்திருந்தது!

"இது எப்படி?"

பின்னி மோசஸ் 69

எந்த கடவுளை வரைந்தாலும் அதில் கண்ணனின் சாயம் உருகிப் படிவதை கோவிந்தின் விரல்களால் தவிர்க்க முடியவில்லை.

“மார்பை பிளக்கும் இலட்சம் அம்புகளை விட மனதை மயக்கும் ஒற்றை புல்லாங் குழலுக்கு எவ்வளவு வீரியம்?’

ஒன்றின் சாயல் இன்னொன்றில் படியாமலிருந்தால் மட்டுமே ஓவியத்திற்கு உண்மையான உயிர் கிடைக்கும். மனதிற்கு கட்டுப்படாமலே விரல்கள் இயங்கினால்...

‘தனது ஓவியக் கனவு சாத்தியமில்லையா?’

ஒரு அலுப்பு சூழ, இராமனை கைகளற்றவனாய் விட்டுவிட்டு, “கிருஷ்ணங் கடைக்குப் போய் டீ குடிச்சிட்டு வரலாமா?’ என்றெண்ணிக் கொண்டிருக்கையில் ராமு வந்தது.

“எச்சப் பொறுக்கி... தேடி வந்திட்டியா?” அதன் தலையில் ஒரு குட்டு வைத்தான்.

ராமு முன்னங் கால்களால் அவனது கையைப் பிறாண்டியபடியே திரும்பி எதிர் சாரியிலிருக்கும் டீ கடையை பார்த்தது.

கோவிந்து அதன் காதுகளைப் பிடித்து முறுக்கினான். அவனிடமிருந்து காதை விடுவித்துக் கொள்ள ராமு குதித்துக் கொண்டிருந்தபோது, ஒரு கார் சீறியபடி வந்து எதிரில் நின்றது.

காரிலிருந்து இறங்கினார் லிபி!

இராமனது படத்தை உற்றுப் பார்த்தபடி முன்னோக்கி வந்தார்.

நம்ப முடியாமல் அவரைப் பார்த்தான் கோவிந்து. கையிலிருந்த சாயம் முகத்தில் படிய கண்ணை கசக்கிக் கொண்டான்.

“லிபிதானா?’... லிபியேதான்.

கால்களில் சுருசுருவென்று உயிர் பரவ, தன்னை மறந்து எழுந்து நிற்க முயன்றான். “சப்”பென்று தரையில் விழுந்து விட்டு முழந்தாளிட்டு நின்று லிபியை பார்த்து கைகளைக் கூப்பினான்.

படத்தை ஒரு சுற்று வந்து பார்த்த லிபியின் கண்களில் ஆச்சர்யம் ஒளிர்ந்தது.

“இது இராமனா? கண்ணனா?”

குறை கண்டு பிடித்துவிட்டாரே என்று மனது குறுகுறுத்தாலும் பட்டென்று “ரெண்டுமேதான்.” என்றான் கோவிந்து. படத்தையே வியந்து பார்த்துக் கொண்டிருந்த லிபியின் காலை ராமு நக்கியது.

கூச்சமும் அருவருப்பும் நெளிய "சை", என்றபடி காலை விலக்கிக் கொண்டார்.

"போ அந்தால", என்று கோவிந்து ராமுவை துரத்தினான். வரைந்து வைத்திருக்கும் ஓவியங்களை எடுத்து வந்திருந்தால் லிபியிடம் காண்பித்திருக்கலாமே என்று தன்னை நொந்துகொண்டான்.

"வலது பக்கத்திலேர்ந்து பாத்தா கண்ணன், இடது பக்கத்திலேர்ந்து பாத்தா இராமன்... றியலி ஃபெண்டாஸ்டிக்... அற்புதமா இருக்கு!" என்றபடியே ஜிப்பாவிற்குள் கை விட்டு அந்த ஆயுதத்தை எடுத்தார். புத்தம் புதிய ஐம்பது ரூபாய் நோட்டு!

பார்த்த மாத்திரத்திலேயே கோவிந்தன் கூப்பிய கைகள் தளர்ந்தது. "வேண்டாங்க ஐயா..." திக்கித் திணறிச் சொன்னான்.

"பரவால்ல வெச்சுக்கோ," முகத்திற்கு முன்னால் அவர் நோட்டை நீட்டினார்.

கோவிந்து அதை வாங்கிக் கொள்ளாததை கண்டு ஆச்சர்யப்பட்டு பணத்தை இராமனின் முகத்தில் போட்டார்.

"வயித்துக்குத்தானே வரையிற... கூச்சப்படாம எடுத்துக்கோ வர்றேன்.", என்றபடி திரும்பிய லிபி காரில் சென்று ஏறிக்கொண்டார்.

ராமனின் அம்பறாத் தூணினியின்று அம்புகள் சர்,ரென்று சீறித் துளைக்க... நெஞ்சை அழுந்த பிடித்துக் கொண்டு சாலையில் அப்படியே சாய்ந்து கொண்டான் கோவிந்து.

கிளம்பிய காரினின்று வழிந்த கரும்புகை முகத்தில் சூழ... நெஞ்சில் அனல்மூச்சு விரிய, சுழன்று கருக்கியது ஒரு கேள்வி.

"தான் ஓவியனா? பிச்சைக்காரனா?"

தளர்ந்து கிடக்கிறவனை முன்னங் கால்களால் தட்டி உசுப்பியபடி ராமு அவனை சுற்றி வர... லிபி போட்ட ஐம்பது ரூபாய் நோட்டு இராமனின் உடலெங்கும் புரண்டு வர்ணங்களை பூசிக்கொண்டது.

காக்கி வெளக்கு

ராமு அண்ணாச்சியோட டெம்போவிலதான் ஐயா க்ளீனர். கும்மிடிப்பூண்டில லோட எறக்கிப் போட்டுட்டு ஆயிரம் விளக்கு ரன் – வேய்க்கு (ஒரு ட்றான்ஸ்பார்மர ஒட்டின குட்டிச் சுவர் பக்கமாத்தான்) வந்து சேர்ந்தப்ப ராத்திரி பதினொண்ணு தாண்டியிருச்சு.

'இந்நேரத்துக்கு எங்க பிறாண்டி, என்னத்த மேயிறது.'

ஒம்பது மணிக்கு முன்னாடி வந்தா, பிளாட்பாரத்தில தங்கமணி அக்கா கடைலேந்து சாப்பிடலாம். கடைண்ணா – ஒரு கூடைக்குள்ள உடுப்பி பவனே குந்தியிருக்கிற சங்கதி!

ஒரு இட்லி ஒரு ரூபாவாம். அதுக்கு கிட்னி விக்கிறமாதிரி நெனப்பு!

தங்கமணி அக்கா சமைப்பது எப்டீங்கிற புக்கெல்லாம் படிக்கும்போல. ஒரு தேக்கரண்டி மாவெடுத்து வட்ட வட்டமா, பொட்டு கணக்கா, தொட்டுத் தொட்டு வைக்கும்! ஊர்ல இருக்கிற அம்மாக்காரி குளிச்சதுக்கப்புறம் நெத்தியில வைக்கிற குங்குமப்பொட்டுதான் ஞாபகத்தில வரும்.

இண்ணைக்கு அதுக்கும் பங்கம் வந்திரிச்சு. கும்மிடிப்பூண்டில வச்சே, ராமு அண்ணாச்சிகிட்ட "சாப்பிடலாமாண்ணு" கேட்டப்ப, "அவுத்துப் போடாம அடக்கிக்கிட்டு இரு, அங்க போய் சாப்பிடலாம்" ண்ணுட்டான். மறுபேச்சு பேச முடியாது. அவனுக்கென்ன, எதிர்ல இருக்கிற முனியாண்டி விலாஸ்ல போய் ஒரு வெட்டு வெட்டிருவான். 'நமக்கென்ன வக்கு?'

"ஏல, சாப்பிட்டு வந்திருதேண்ணு," அண்ணாச்சி கெளம்பினான்.

பக்கத்தில இருக்கிற வெத்திலபாக்குக் கடைலேந்து ரெண்டு பச்சை வாழைப்பழம் வாங்கிச் சாப்பிட்டுட்டு, தண்ணிப் பாக்கெட்டும் வாங்கிக் குடிச்சிட்டு வண்டியப் பாத்து வந்தாச்சு.

அரை மணி நேரத்துக்குள்ள அண்ணாச்சி வந்திட்டாண்ணா மறுபடி கௌம்பணும் - காய்கறி ஏத்துறதுக்கு.

ஆறு மாசத்துக்கு முந்தி, ஊரைவிட்டுத் தலதெறிக்க ஓடியாந்து இவங் கைல சிக்கியாச்சு. " என்னடாது போக்கத்த பொழப்புண்ணு" தெனத்துக்கும் சலிச்சிக்கிட்டாலும் கழண்டுட்டு போக முடியல. அப்புறம் சோத்துக்கு சிங்கி அடிக்கணும்.

ஒம்பதாங் கிளாஸ் படிச்சிட்டிருக்கைல அப்பங்காரன் கிட்ட அக்கப்போர் வெச்சுகிட்டு, அவந் தூங்கிற நேரமாப் பாத்து சட்டப் பாக்கெட்ல கைவிட்டு காசத் திருடிட்டு பிடிச்ச ஓட்டம்.

சென்னை சென்ட்ரல்ல எறங்கி வெளிய வந்து, ஒரு தினுசா காக்கா மாதிரி தலைய அங்கிட்டும் இங்கிட்டுமா வெட்டிகிட்டு சுத்தித் திரிஞ்சேன்.

வடபழனி, மாம்பலம்னு இலக்கே இல்லாம அலைஞ்சு, மூணு நாள் எங்கெங்கெயோ தூங்கி மறுபடி எக்மோருக்கு வந்து கொலப்பட்டினியோட எக்மோர்ல அட்டை மாதிரி படுத்துக் கெடந்தப்பதான் அண்ணாச்சி கண்ல பட்டேன்.

பக்கத்து ஊர்க்காரனா இருந்ததால, என்ன ஏதிண்ணு விசாரிச்சுட்டு, "ஏல, என்னோட வண்டில கிளீனரா வாறியாண்ணு" கேட்டான் - அவனுக்கும் கிளீனர் தேவை போல.

ஒருவேள சோறாச்சும் கெடைக்குமேங்கிற ஆயாசத்தில ஒத்துக்கிட்ட ஜாப். (சிரிக்காதீங்க)

ஏகப்பட்ட குறுக்கு விசாரணையெல்லாம் பண்ணிப்புட்டு எனக்கு பதவிப்பிரமாணம் செஞ்சு வெச்சான்.

தெனப்படி நாப்பது ரூபாவுக்காக அவங்கிட்டேந்து ஏகத்துக்கு ஏச்சு கேக்கணும். கோவம் வந்தா பளார்ணு கன்னத்தில சாத்துவான். சமயத்தில அம்மாவல்லாம் வம்புக்கிழுத்து சத்திய சோதனை பண்ணுவான். மறுபேச்சு பேச முடியாது.

குளிக்கிறதுக்கும், காலேல விசயத்துக்கும் அவன் ரூம்ல அனுமதி... தொவைக்கிறதெல்லாம் சென்னைய தாண்டிப் போனா எங்கயாச்சும் ரோட்டோரத்து பம்பு செட்டில... படுக்கிறதெல்லாம் வண்டியில...

இழுத்திட்டிருந்த பீடிய வெளிய வீசிட்டு, சீட்ல கொஞ்சம் வாகா ஒக்காந்து,

'டேஸ் போர்டில' தலையக் கவுத்தப்ப, "ஏல போலாமாண்ணு" கேட்டுகிட்டே அண்ணாச்சி வாரான்.

டிரைவிங் சீட்ல தாவி ஒக்காந்து சட்டேர்ணு கதவ அடிச்சு மூடினப்ப புரிஞ்சு போச்சு... குவாட்டருக்கு மேலயே உள்ள போயிருக்கும்.

ஒல்டு மங் ரம்மும், மாட்டுக்கறியும் பெணஞ்சு கேபின் முழுக்க குபு குபுங்கிது.

சாவியப் போட்டா வண்டி ஸ்டார்ட் ஆவல. தன்னோட எசமான் தண்ணி அடிச்சிருக்கானேண்ணு 'லட்சுமி'க்கு கோவம் போல!

"எறங்கி தள்றாண்ணான்."

பசியோட இருக்கிற நாளாப் பாத்து என்னைய பதம் பாக்கிறது லட்சுமிக்கு ஒரு தீராத வெளையாட்டு! எழவு சமயா சமயத்தில ஆறு டன் எடையோட காத்த எறக்கிவிட்டுட்டு "புஸ்"ஸிண்ணு சிரிக்கும்.

அப்புறம் அவளுக்கடியில மல்லாந்து, ஜாக்கி வெச்சுத் தூக்கி, வேற ஸ்டெப்னி மாத்தி... அது ஒரு தனிக் கதை.

ஒத்தையா தள்ளினா வண்டி நகராதிங்கிறது அண்ணாச்சிக்குத் தெரியாத செப்படி வித்தையில்ல. தேடிப் பிடிச்சு ரிக்ஷாக்காரன் ஒருத்தன கெஞ்சி இழுத்தப்ப துணைக்கு வந்து தள்ளிவிட்டான். நூறடிக்கு மேல புக்குபுக்குண்ணு விக்கல் போட்டுட்டு வண்டி ஸ்டார்ட் ஆச்சு.

நேரா மைலாப்பூர் போறோம். பீச்சுக்குப் பக்கமா அம்பேத்கர் பாலம் பக்கத்தில ஒரு சந்தில, விட்டுட்டு தூங்குவம்.

'என்னத்த தூங்கிறது?' போய்ச் சேரும்போ, மணி ரெண்டாகும். அப்புறம் மூணு மணிக்கு நாடார் வந்து எழுப்பி விடுவாரு.

கொத்தவாச்சாவடிக்கு காய்கறி எடுக்கப்போற சில்லறை யாவாரிங்கள்ல நாடார்தான் தலையாள். ஒவ்வொருத்தர்கிட்டயா வசூல் பண்ணி அவர் கமிஷன எடுத்திட்டு மிச்ச வாடகைய அண்ணாச்சி கிட்ட குடுப்பார்.

வண்டிய நிப்பாட்டிட்டு பின்பக்கமா படுக்கப் போறப்ப ராமு அண்ணாச்சி கொஞ்சம் காட்டமாத்தான் சொன்னான்.

"ஏல, நேத்திக்கே சொல்லிப்புட்டேன்... இனி எங்கயாச்சும் நேத்தைய மாதிரி வாய நீட்டினே, தாயளிமவனே எறக்கி விட்ருவேன்."

அதென்னவோ இந்தப் போலீஸ்க்கும் நமக்கும் கிருஸ்ணாயிலும், இஞ்சின் ஆயிலும் மாதிரி... பொருந்திறதேயில்ல. சிக்னல்ல

எரியிற மஞ்ச, பச்ச, செவப்பு வெளக்குகள கவனிச்சு போறது பெரிய விஷயம் இல்ல.

தென்னங்கீத்துல அணிக்குஞ்சு மாதிரி அப்பப்ப வந்து தலைய நீட்டி, கைய நீட்ற 'காக்கி வெளக்கு'களச் சமாளிச்சு ஓட்டுறதுக்கு தனி... சிகிச்சை வேணும்.

லட்சுமியோட எடது பக்கத்தில ஏறி ஒக்காந்த புதுசில எந்த போலீசு, எதுக்கு, எங்க மடக்கிறாங்கிறதெல்லாம் ஒரு மண்ணும் புரியல.

"இதக் குடுத்திட்டு வாலண்ணு" இருபதோ முப்பதோ சுருட்டி, ராமு அண்ணாச்சி எங்கிட்ட குடுத்து விட்டாண்ணா மனசு பூரா கசப்போட கொண்டு போய் போலீசுக்கிட்ட திணிச்சுட்டு வருவேன்.

மொதத் தடவையா, சவுக்கார்பேட் சந்துக்குள்ள வெச்சு, ஒரு போலீசு "ஏம்ல, பிச்சையா போட்றேண்ணு" பின்மண்டைல அடிச்சான். "இதுல ரோஷம் வேறயாண்ணு" நானும் மொறச்சேன்.

லத்தியால குண்டில குத்திட்டு துரத்தினான், "நாயே, ஓடிப்போயிரு"

அவனத் திரும்பி, திரும்பி மொறச்சுக்கிட்டே வர்றத பாத்திட்டு ராமு அண்ணாச்சி அண்ணைக்கே சொல்லிட்டான், "ஏல இவனுங்ககிட்ட மட்டும் எதுவும் வெச்சிக்கக்கூடாது"

அண்ணைலேந்து அத்தன ஜாக்கிரதையா இருக்கிறதயும் மீறி போனவாரம் அப்படியொரு சம்பவம் நடந்து போச்சு.

காலங்காத்தால காய்கறி எடுக்கப் போறவங்கள ஏத்திக்கிட்டு வந்திட்டிருந்தப்போ மவுண்ட்ரோடு தேவி தியேட்டர் பக்கத்தில ரெண்டு போலீஸ்காரங்க மப்டியில மடக்கி, புக், பேப்பரெல்லாம் எடுறாண்ணாங்க.

அண்ணாச்சி பேப்பரெல்லாம் எடுத்துக் காமிச்சான். ஒவ்வொண்ணாப் பொரட்டிட்டிருந்த போலீஸ்ல ஒருத்தன் திடீர்ணு கொலம்பஸ் கணக்கா கேட்டான், "பெர்மிட் இல்லாமலே வண்டி ஓட்றியா? ரெண்டாயிரத்தி அஞ்சோட முடிஞ்சு போயிருக்கே?"

நாஞ் சும்மா இல்லாம வெளக்கம் சொல்லிட்டேன், "இல்ல சார்... பெர்மிட் போட்ட தேதிதான் ரெண்டாயிரத்தி அஞ்சு... இனி அடுத்த வருஷந்தாம் போடணும்." கேட்ட போலீஸ்காரனுக்கு ஒரு மாதிரியா ஆகிப்போச்சு. என்னோட சைசையும்,

ஆப் டிராயரையும் மேலயும் கீழயும் பாத்திட்டு உருட்டி முழிச்சு சொன்னான். "பொத்திகிட்டு கம்னு இரு."

புக், பேப்பரையெல்லாம் குடுத்திட்டு அண்ணாச்சிகிட்ட கேட்டான், "காக்கிச்சட்ட போடாமலே வண்டி ஓட்றியா?"

"அதில்ல சார்...", அண்ணாச்சி ஒரு மாதிரியா இளிக்கிறான்.

"வண்டில பின்னாடி யார்ல இருக்கா?"

காய்கறிக்கு போறவங்கண்ணு அவனுக்குத் தெரிஞ்சதுதான். ஆனா காசு வாங்காம விட்றதெப்பிடி?

இராத்திரி பூரா ரோந்தடிச்சு பத்து இருநூறு கூடத் தேத்தலண்ணா மத்த போலீஸ்காரங்க, "கூர்க்கா வர்றாருடோய்"ணு நக்கலடிக்க மாட்டாங்களோ?

கூட நின்ன போலீசு, வண்டிக்குப் பின்னாடி போய்ப் பாத்திட்டு வந்து சொன்னான், "ஏட்டய்யா, எல்லாம் விடுதலப்புலிங்க மாதிரி இருக்கு"

சனி, தோள்ல ஏறி ஒக்காந்து கக்கத்த பிறாண்டவே, எனக்குப் பொத்துகிட்டு வந்த சிரிப்பு வாய்வழியா "க்ளுக்"ண்ணு வெளிய விழுந்துது! அடக்கலாம்ணு முயற்சி பண்ணினேந்தான்... முடியலியே.

விடுதலப்புலிங்கண்ணு சொன்னவனுக்கு கோவம்ணா அப்பிடியொரு கோவம். ஓடிவந்து எஞ் சட்டக்காலரப் புடிச்சான். "வக்காலி ஒனக்கு ரொம்பத்தான் ஏத்தமா?", கேட்டுக்கிட்டே இழுத்துக்கீழ போட்டான்.

நாஞ் சுதாரிச்சு எழும்புறதுக்குள்ள, ஓங்கி பூட்ஸ் காலால ஒரே மிதி – முதுகில...

"அம்மோவ்"ணு அலறிப் போட்ட கூச்சலுக்கு, ஊர்ல இருக்கிற அம்மாக்காரியோட கர்ப்பப் பை ஒரு தடவ நடுங்கி அடங்கியிருக்கும்!

பதறிப்போன அண்ணாச்சி போலீசு கால்ல விழுந்து கெஞ்சினான். "சார் பையன் வெவரமில்லாம நடந்துக்கிட்டான், மன்னிச்சு விட்ருங்க."

அப்டியே லுங்கியத் தூக்கி, கால் சட்டப் பைலேந்து நாத்தம்புடிச்ச ஒரு அம்பது ரூபாத் தாள எடுத்து அவங்கைல திணிச்சான்.

“சரி, போட்டும்… விடுங்க ஏட்டய்யா”, மத்த போலீஸ்காரன் மிதிச்சவனக் கூப்பிடவே,

“இவனயெல்லாம் ஏண்டா வண்டில வச்சிருக்கே… இனிம உன் வண்டில இந்தக் கொரங்கப் பாத்தேன்… கொன்னுருவேன்.” ஏட்டய்யா மிரட்ட… “சரி, கௌம்பலாம்ணு” ரெண்டு போலீசுமா கௌம்பிப் போனாங்க.

என்னால எழும்ப முடியல.

“என்னோட வண்டிக்கு நீ லாயக்கில்ல… இங்கயே கெடந்து சாவு” சொல்லிகிட்டே அண்ணாச்சி போய் வண்டிய ஸ்டார்ட் பண்ணினான். அப்புறம் என்ன நெனச்சானோ, “ஏறுல வண்டியிலேண்ணான்” நானும் ஏறி ஒக்காந்தேன்.

முதுகில நொய்நொய்ணு வலி. கண்ல தண்ணி.

இனிமயாச்சும் அது மாதிரி எதுவும் நடக்ககூடாதிண்ணு நெனச்சிட்டிருக்கிறப்போ, அண்ணாச்சி கொறட்ட விட்டுத் தூங்கிட்டிருக்கான்.

தூக்கம் வராம பொரண்டு படுத்திட்டு திரும்பவும் எந்திச்சு ஒரு பீடியப் பத்த வைக்கவும் நாடார் வரவும் சரியா இருந்திச்சு.

வண்டியிலேந்து எறங்கி நாடாரோட கோணிப்பையெல்லாம் தூக்கி உள்ள போட்டுட்டு அண்ணாச்சிய எழுப்பி விட்டேன். நாடார ஏத்திக்கிட்டு வண்டிய கௌப்பியாச்சு.

சந்துபொந்தெல்லாம் புகுந்து குப்புசாமி, மாரியப்பன், மகாலிங்கம், இராமசாமிண்ணு ஒவ்வொருத்தனையும், எழுப்புறதுக்காக நடந்து போறப்ப, வர்ற போற தெரு நாய்ங்களுக்கெல்லாம் ‘வள்’ளுண்ணு பதில் சொல்லணும்.

அதிலயும் இந்த மகாலிங்கத்த எழுப்பி தொலைக்கிறது பெரிய எழவு. ரோட்லேந்து அஞ்சு சந்து தாண்டிப்போனா அவன் வீடு. ரெண்டு மாடிக் கட்டிடத்தில ஒரு மூலைல குடியிருக்கான்.

கீழ நின்னுட்டு அண்ணாந்து, “மகாலிங்கம்… மகாலிங்கம்ணு”, தொண்ட வறண்டுபோற வரைக்கும் கத்தினப்ப “ஆங்… கௌம்பிட்டேண்ணு” எமலோகத்திலேந்து வர்ர மாதிரி பதில் குரல் வருது.

அப்புறம் அவம் மூட்டை முடிச்சையெல்லாம் பொறுக்கிக்கிட்டு வர்றதுக்குள்ள… கடுப்படிக்கிற சோதனை.

எல்லாத்தையும் ஒவ்வொண்ணா ஏத்திக்கிட்டு இராயப்பேட்டை வழியா மார்க்கெட்டுக்கு வந்துகிட்டிருக்கோம். இராயப்பேட்டைல ஏற வேண்டிய ரெண்டு ஆயாக்களையும் ஏத்தியாச்சு.

ஒரு ஆயா, எதுவாச்சும் தொணதொணண்ணு பேசிக்கிட்டே வருது. தப்பித்தவறி அதுமேல யாரோட கையோ, காலோ பட்டிச்சிண்ணா அப்பத் தொடங்கும் ஒரு ரகளை. மயிர் போனா உயிர் வாழாத கவரிமான் ஜாதி போல!.

வண்டிய பிராட்வேல ஒதுக்கி விட்டப்ப ஒவ்வொண்ணா எறங்கிப் போச்சு மூட்டை முடிச்சத் தூக்கிக்கிட்டு. அப்பவும் இந்த மகாலிங்கம் ஒக்காந்த வாகில தூங்கிட்டிருக்கான். நின்னுட்டு ஒரே மிதி கால்ல...

பட்டுண்ணு கண்ணத் தெறந்து, இந்த அகால நேரத்திலயும் எங்கப்பனத் திட்டிட்டு, கோணி கொடுக்கெல்லாம் தூக்கிட்டு கௌம்புறான்.

மணி நாலாகிருச்சு. இனி எல்லாரோட மூட்டையும் வந்து சேர்ற வரை முழிச்சே இருக்கணும். கொஞ்சம் அசந்திட்டா திருட்டுத் தாயளி எவனாவது மூட்டைய அடிச்சிட்டு போயிருவான். மூட்டையக் கொண்டாந்து போடுற கூலிக்காரனே, அதத் திரும்ப அடிச்சிட்டுப் போற வித்தையெல்லாம் கொத்தவாச்சாவடியில விசேஷம்.

அண்ணாச்சி முன்னால படுத்து தூங்க ஆரம்பிச்சான்.

மொத மூட்டையா இராமசாமியோட வெங்காய மூட்டைய கூலிக்காரன் கொண்டாந்து போட்டான். அசதியும், களைப்புமா எழும்பவுந் தோணாம அப்டியே வண்டில சாய்ஞ்சு ஒக்காந்திருக்கேன். இராமசாமியோட மூட்டையக் கூட இழுத்து உள்ள போடல.

மூட்டைங்க ஒவ்வொண்ணா வந்துக்கிட்டே இருக்கும். ஒவ்வொருத்தனோடதயும், ஒண்ணுமேல ஒண்ணா, ஒத்தையாளா இழுத்துப்போட்டு அடுக்கி வைக்கணும். மொதல்ல எறங்கிறவனோடது, ரெண்டாவதா எறங்கிறவனோடதிண்ணு சரியா இழுத்துப்போட்டுக் குடுக்கணும். கறிவேப்பில, கொத்தமல்லி, பச்ச மௌகாய்ணு சின்னச் சிப்பக்கட்டுங்க அதிகமா வந்திச்சிண்ணா இவனோடதா அவனோடதாண்ணு கிறுக்குப் புடிக்க வைக்கிற குளறுபடியாயிரும். ஒவ்வொருத்தனும் நாக்க இஸ்டத்துக்கு மேய விட்ருவான்.

ஒடம்பில அசதி தூக்கியடிச்சப்ப திடுக்கிண்ணு கண் அசந்து போச்சு. இராமசாமியோட வெங்காய மூட்டை வெளிய நீட்டிக்கிட்டு கெடந்திது.

பட்பட்ணு வண்டியத் தட்ர சத்தத்தில் ‘சுரீர்னு’ முழிப்பு தட்டிச்சு.

“காசு குடுப்பா”, லத்தியால வண்டில தட்டிக்கிட்டே கேக்கிறான் போலீசு.

“சை ... எங்க பாரு அதிகாரப்பிச்சை”, மனசுக்குள்ள திட்டுறேன்.

பொழுது விடியறதுக்குள்ள கையேந்த ஆரம்பிச்சிட்றானுங்க. வண்டிக்கு தல அஞ்சு ரூபாண்ணு கட்டாய வசூல். எல்லா வண்டிலேந்தும் குடுத்தாகணும். விடியறதுக்கு முந்தி அதுவே ஆயிரத்துக்குக் கிட்ட தேறும்.

கண்ணத் திருமிக்கிட்டு, காசுக்காக சட்டப் பைக்குள்ள கைய விட்டுட்டே முன்னாடி பாத்தா பகீர்ணு நெஞ்சு அடைச்சிக்கிச்சு!

இராமசாமியோட வெங்காய மூட்டையக் காணோம்!

வண்டிலேந்து கீழ குதிச்சு, பரபரண்ணு அங்கயும் இங்கயும் தேடுறேன். ஒடம்பெல்லாம் கிடுகிடுங்கிது. வெங்காய மூட்டைக்கு என்ன பதில் சொல்றது?

வருசம் முழுக்க ராமு அண்ணாச்சி வண்டில கிளீனரா போனாலும் ஒரு மூட்டை வெங்காயம் வாங்க முடியாது.

என்னோட பரபரப்பப் பாத்துகிட்டு போலீஸ்காரன் கேக்கிறான். “காசு குடுக்காம என்னடே ஓடிப் பிடிச்சு வெளையாட்றியா?”

ஒடம்பு பூரா உஷ்ணமாச்சு. நறநறண்ணு நரம்புக்கூட்ல என்னமோ ஏறி ‘கிர்ர்’ரிண்ணு மண்டைக்குள்ள கொடையிது. “யோவ் போய்யாங்...”, கத்திக்கிட்டு மார்க்கெட்டுக்கு உள்ள ஒடுறேன். வெங்காய மூட்டைய கண்டுபிடிச்சாகணும். அங்க இங்க, இண்டு இடுக்கிண்ணு தேடுறேன். ‘எவனாவது வெங்காய மூட்டை திருடிட்டு போறவன் கண்ல படமாட்டானா?’

“இங்கத்தான் ஆயிரம் பேர் மூட்டைங்கள கொண்டுட்டு வர்றாங்க, போறாங்க... இதில யார் திருடன்?” எவங்கிட்டயாச்சும் போய் எக்குத்தப்பா எதுவாச்சும் கேட்டா, மிதிச்சுக் கீழ போட்டுட்டு, முதுகில வச்சிருக்கிற மூட்டைய சொழற்றி நெஞ் சில போட்ருவான்.

“அய்யோ, என்னத்தப் பண்றதிண்ணு” பதறியடிச்சு மறுபடி வண்டிக்கே ஓடியாந்தேன். வேற எவனாச்சும் வண்டில மூட்டையக் கொண்டாந்து போட்டிருப்பான். ‘அப்புறம் அதுவும் அபேஸாயிரக் கூடாது’,

வண்டி பக்கத்தில வந்தா, போலீஸ்காரன் ராமு அண்ணாச்சிகிட்ட தகராறு பண்ணிட்ருக்கான். என்னையப் பாத்ததும் எட்டி எங் காலரப் புடிச்சான். “ காசு கேட்டா, யோவ் போய்யாண்ணிட்டுப் போறியா? தேவிடியா மவனே... ஒனக்கு இவ்ளோவ் கொழுப்பு இருந்தா, எனக்கு எவ்ளோவ் இருக்கும்?”

விசுக்கிண்ணு ஏறிப் பாய்ஞ்ச ஆத்திரத்தில அறிவு மழுங்கிப் போச்சு எனக்கு.

“அஞ்சு ரூவாவுக்கு நாள் தப்பாம காலங்காத்தால வந்து கை நீட்றியே... வண்டில கெடந்த வெங்காய மூட்டை திருடு போச்சு. இப்ப நீ என்னத்தக் கிழிக்...”, கத்தி முடிக்கிறதுக்குள்ள அவனோட லத்தி செங்குத்தா என் வயித்தில எறங்கிச்சு.

“அம்மோவ்”ணு அலறி வயித்தப் பிடிச்சப்ப, கை முஸ்டிய மடக்கி முதுகில ஒண்ணு போட்டான்.

கண்ல தீப்பொறி பறக்க சுருண்டு கீழ விழுந்தா லத்தியால கால் முட்டியக் குறி வெச்சு அடிச்சான்.

தரையில உருண்டு அலறிக்கிட்ருக்கைல ராமு அண்ணாச்சி பல்லக் கடிச்சிக்கிட்டு எங்கயோ பாத்துகிட்டு நிக்கிறான் – அவனும் ஒரு முடிவுக்கு வந்துட்டாம் போல...

கூட்டம் கூடி...“விடுங்க சார் பாவம்ணு” யாரோ சொல்ல... போலீஸ்காரன் திட்டிக்கிட்டே விட்டுட்டுப் போறான்.

அழுதுக்கிட்டே மெள்ள எழும்பி ஒரு கடையோரமா போய் உக்கார்றேன். வண்டில வர்றவங்க ஒவ்வொருத்தரா வர... இராமசாமி வந்து நின்னு குதிகுதிண்ணு குதிச்சார்.

“இவங்கிட்ட குதிச்சு என்ன புண்ணியம்ணு”, நாடார் கேக்க, “மூட்டையோட காச நாந் தர்றேன். எல்லாரும் வண்டில ஏறுங்க”ண்றான் ராமு அண்ணாச்சி.

நாடாரத் தவிர எல்லாரும் வண்டில ஏறினாங்க. “கௌம்பலாமா நாடாரே”ண்ணுட்டு, ராமு அண்ணாச்சி வண்டில ஏறி ஒக்காந்து கதவப் பட்டுண்ணு அடைச்சான்.

என்னையப் பரிதாபமா பாத்துகிட்டே நாடாரும் வண்டியில ஏறுறார். மெள்ள எழும்பி, வண்டிகிட்ட வந்து கதவத் தெறக்கக் கை நீட்டையில அண்ணாச்சி கத்தினான்.

“தாயளி மவனே எம் வண்டில ஏறாத” கத்திக்கிட்டே அண்ணாச்சி வண்டிய ஸ்டார்ட் பண்றான். எப்பவுமே தகராறு பண்ற லட்சுமி, மக்கர் பண்ணாம பட்டுண்ணு ஸ்டார்ட் ஆச்சு!

வேகமாக் கெளம்புற வண்டி கண்ண விட்டு மறையிர வரைக்கும் வெறிச்சுக்கிட்டு நிக்கிறேன்.

ஒடம்பு பூரா வலி... கண்ணில சரசரண்ணு தண்ணி.

மனசில பூதம் மாதிரி ஒரு கேள்வி,

“இந்தக் கூவம் ஆத்துக்கரைல இனி கூழுக்கு என்ன பண்றது?”

காத்தாடி

சூரியன் மேற்கினின்று வழுக்கி, கடலுக்குள் கால் பாவிக்கொண்டிருந்தான்.

அது ஒரு செம்மண் பொட்டல்வெளிக்காடு ... எல்லையற்று விரிந்திருந்தது.

புல், பூண்டுகளற்ற செம்மண் மார்பில், நெடு நெடுவென வளர்ந்து,

மொட்டையாகி நிற்கும் ஒரேயொரு பட்டுப்போன மரம். பட்ட மரத்தை வலது கையால் சுற்றித் தழுவியபடி விழிகளை விரிய விரித்து, வானத்தை அண்ணாந்து பார்த்தவளாய்...

அந்த சிறுமி காவ்யா.

செம்மண் புழுதிக்காற்றுக்கு மிரண்டு, அவளது குட்டைப் பாவாடை சடசடத்துக் கொண்டிருக்கிறது.

உயர உயரத்தில்,

அந்தி சாயம் பூசிக்கொண்ட மேகக்குன்றுகளை கிழித்துக்கொண்டு...

வானக்கடலில் வண்ண மீனாய் நீந்திக்கொண்டிருக்கும் ஒரு கருநீலக் காற்றாடி.

'சர்ர்'ரென்று முன்னுக்கு நீந்தி, திடுக்கென்று குட்டி கரணமடித்து, மீண்டும் உயர எழும்பி, வலப்பக்கமும் இடப்பக்கமுமாய் சாய்ந்து சாய்ந்து பறந்துகொண்டிருக்கிறது அந்த காற்றாடி எண்ணியதை எட்டிப்பிடித்தவளின் இறுமாப்பைப் போல.

பேண்டு வாத்தியக்காரனின் ரிப்பனாய், அதன் நீள வால் சுருண்டு வளைந்தாடி வசியப்படுத்திக் கொண்டிருக்கிறது.

காவ்யா, கைகளை முன்னால் நீட்டி, விரல்களை மடித்து அழைக்கிறாள், "வா !"

சட்டென்று அந்த கருநீலக் காற்றாடியில், தலையிலிருந்து வாலுக்கு வெள்ளை நிறம் பரவுகிறது! மயிலின் தோகையாய் அதன் வால் உருமாறுகிறது! இரண்டு பக்கங்களிலும் சிறகுகள் விரிகிறது.

ஒரு வெள்ளை மயிலாய், அது மெல்ல மெல்ல கீழிறங்குகிறது.

பட்ட மரத்தின் உச்சிக் கிளையை உரசியபடி வந்து நின்ற மயில் பல்லக்கின் பக்கவாட்டுக் கதவு திறக்க...

வெளீரென்று ஒரு தேவதை வெளியேறி, காற்றில் மிதந்தபடி, கனிவு வழிய காவ்யாவைப் பார்த்து பனிச் சிறகுகளை வீசி அழைக்கிறாள்,

"வா!!"

"தோ வந்துட்டேன்...", உற்சாகமாய் கூவி, கைகளை விரிக்க... காவ்யா ஒரு பறவையாகி தரையினின்று மெல்ல மெல்ல மேலெழும்புகிறாள்.

அந்தரத்தில் மிதந்து வந்து, தனது ஒளி வட்டத்திற்குள் பிரகாசித்தவளை, அந்த தேவதை இரு சிறகுகளாலும் வளைத்துத் தழுவி மார்போடு அணைக்க...

...வலப்பக்கமாய் ஒருக்களித்து, கால்களை முன்னோக்கி மடித்து, தொடையிடுக்கில் இரு கைகளையும் சொருகிக் கிடந்த காவ்யாவின் கனவினின்று அந்த தேவதை மறைய... மொட்டைமரத்தின் உச்சியினின்று தவறி, "தொபுக்கடீர்" என தரையில் குப்புற விழுந்து மார்பில் அடி வாங்கி, திடுக்கிட்டு கண் விழித்தாள்.

பாவாடையும் சட்டையும், பாயும் தரையும் ஈரமாகிக் கிடந்தது. குப்பென்று மூக்கைத் துளைக்கும் சிறுநீர் வாடை.

சேரிக் குடிசை வாசல்களில் வெளிச்சம் சிதறியிருந்தது. கூவம் ஆற்றுக் காற்று, கூரை ஓலைகளில் மேய்ந்து கொண்டிருக்கிறது.

"அய்யய்யோ, அம்மா வந்துரப்போறா!" பதறி, அங்குமிங்கும் பார்த்துக்கொண்டே காவ்யா அவசரமாய் பாயைச் சுருட்டினாள்.

கூரையைப் பார்த்தாள். நீள வேப்பங்குச்சி ஒன்று 'இரு, இரு', என்று கறுவிக்கொண்டிருந்தது.

வெளுத்த துணிகளுக்கு இஸ்திரி போடுவதற்கு, கரித்துண்டுகளை குவித்து, குடிசைக்கு முன்னால் கனல் மூட்டிக்கொண்டிருந்த கோகிலா எட்டி வீட்டிற்குள் பார்த்தாள்.

“தரித்ரம் புடிச்சது… இண்ணைக்கும் படுக்கைல மூத்ரம் வுட்ருச்சா?”, முனகியவள் ‘விர்’ ரென்று குடிசைக்குள் நுழைந்து கூரையில் சொருகியிருந்த வேப்பங்குச்சியை எடுத்தாள்.

“அம்மா, அம்மா… அடிக்காதம்மா”, பாயை தரையில் போட்டுவிட்டு, காவ்யா குடிசையின் மூலையில் சென்று ஒடுங்கிக்கொண்டாள்.

பாவாடையைப் பிடித்திழுத்து, தொடையைக் குறிவைத்து, `விசுக்’கென்று அடித்தாள் கோகிலா.

“இனிம பாய்ல மூத்ரம் வுடமாட்டேம்மா”, கெஞ்சிக்கொண்டே தடுத்த காவ்யாவின் மணிக்கட்டில் அடி விழுந்தது.

கைகளை உதறி, கால்களை தரையில் உதைத்து, காவ்யா கெஞ்சினாள், “வலிக்கிதும்மா… அய்யோ அடிக்காதம்மா”

அவளது அழுகைக் குரல் கேட்டு எதிர் குடிசைக்காரி வீட்டிற்குள்ளிருந்து வெளியே வந்தாள், “ஏண்டி கோகிலா, விடியிறதுக்குள்ள கொழந்தையைப் போட்டுத் தொவைக்கிற?”

“கொழந்தையா இது?… குட்டிப்பிசாசு… ஆளையே முழுங்க வந்த மூதேவி. ஒம்பது வயசாச்சு… இப்பவும் படுக்கைல மூத்ரம் வுடுதிண்ணா தரித்ரம் ஒழியுமா? இது பொறந்த ராசியில புடிச்ச சனியன்… விட்டொழியிதா?”, எரிச்சலை உமிழ்ந்து சலித்துக்கொண்டே வேப்பங்குச்சியை கூரையில் சொருகிவிட்டு வெளியே வந்தாள்.

“காத்தாலயே அத்தப் போயி இப்டிக் கரிச்சுக் கொட்றியே?”

“கரிக்காமெ என்ன செய்ய? கண்ணத் தெறந்தப்பவே காலன கையோட இல்ல கூட்டியாந்திச்சு”

ஒரே மகள் காவ்யாவிடம் அளவற்ற பாசம் உண்டென்றாலும், கோகிலா அதை காட்டிக் கொள்வதில்லை. சதா கரித்துக் கொண்டேயிருப்பாள்.

காவ்யா பிறந்த அடுத்த மாதத்திலேயே, சலவைக்கு வந்திருந்த துணிகளை, மூட்டையாய் சைக்கிளில் கட்டி, ஆற்றுக்குச் சென்று கொண்டிருந்த கணவனை சைதாப்பேட்டை பாலத்துக்குப் பக்கத்தில் கார்ப்பரேஷன் லாறியில் வந்த எமன் வழித்துக் கொண்டு போய்விட்டான்.

நகரத்தில் எமன் எருமை வாகனத்தில் வருவதில்லை. மெர்சிடிஸ் பென்ஸில் கூட வரலாம்! ஆனாலும் காவ்யா வடிவில் வந்ததாய் கோகிலாவிற்கொரு அரிப்பு.

கண்ணை கசக்கிக்கொண்டே குடிசைக்குள்ளிருந்து வெளியே வந்த காவ்யாவைப் பார்த்து, எதிர் வீட்டுச் சிறுவன் அருண், தனது மூக்கைப் பிடித்து அழகு காட்டிக் கூப்பிட்டான், "மூச்சா வண்டி"

அவனது அம்மா பின்னந்தலையில் தட்டி விரட்டினாள். "சை கழுத ... போடா அந்தப்பக்கம்."

"மூச்சா வண்டி !" – இது காவ்யாவிற்கு அருண் வைத்த பட்டப் பெயர். அந்த குடிசைப் பகுதி முழுக்க, அவளை இப்படித்தான் அழைக்கிறது. போதாததற்கு பள்ளிக்கூடத்தில் வேறு எல்லா மாணவர்களிடமும் ஊதிவிட்டான்.

"பாவாட சட்டையெல்லாம் தொவச்சுப் போட்டுட்டு குளிச்சிட்டு வாடி," கோகிலா அதட்டியபோது காவ்யா அழுகையோடு குடிசைக்கு பின்னால் சென்றாள்.

அந்தக் 'காத்தாடி தேவதை' எதற்கு தனது கனவில் வருகிறாளென்று காவ்யாவிற்கு விளங்கவில்லை. அம்மாவிடமும் சொன்னதில்லை, வேப்பங்குச்சியை பார்த்து பயம்.

அந்தத் தேவதை தழுவி மறையும்போது உடலும், தரையும் ஈரமாகிவிடுகிறது.

பல நாள்கள் அர்த்தராத்திரியில் அம்மாவுக்கு தெரியாமல் எழும்பி, பாவாடை சட்டையை கழற்றி தரையைத் துடைத்துவிட்டு அந்த துணிகளை, துவைக்க வந்திருக்கிற சலவைத்துணிகளுக்கிடையில் சொருகி வைத்துவிட்டு வேறு துணி மாற்றி ஈரம் படாத பகுதியில் நல்ல பிள்ளையாய் படுத்துக்கொண்டுவிட்டிருக்கிறாள்.

அந்த வேப்பங்குச்சி, எல்லாவற்றையும் இமை கொட்டாமல் பார்த்து கறுவிக்கொண்டிருக்கும்.

கனவில் வந்து பயமுறுத்தினாலும், காவ்யாவிற்கு காற்றாடியின் மீது கொள்ளைப் பிரியம். எப்போதும் வானம் பார்த்தே நடப்பாள். காற்றாடி பறக்கும் திசையைக் கவனித்து, எந்த வீட்டு மொட்டை மாடியினின்று பறந்து கொண்டிருக்கிறதென்று சரியாகக் கணித்துவிடுவாள்.

...பல வண்ணங்களில், பல பல வடிவங்களில் குறுக்கும் நெடுக்குமாய் மிதர்ப்போடு அலையும் காற்றாடிகளை ரசித்துக்கொண்டிருந்தால் அவளுக்குப் பசியெடுக்காது.

ஒரு முறை கோகிலாவின் உண்டியலிலிருந்து காசு திருடி, கடை கடையாய் அலைந்து கருநீல காற்றாடி இருக்கிறதா என்று தேடி கிடைக்காமல் பாதிப் பச்சையும் மீதி மஞ்சளுமாய் ஒரு காற்றாடி வாங்கிக்கொண்டு வந்தாள்.

"வழியில கெடந்துச்சு!", என்று கோகிலாவிடம் பொய் சொன்னாள்.

காற்றாடியை பார்த்த மாத்திரத்தில் அருண் வந்து கேட்டான்,

"ரமேஷ் வூட்டு மாடியில போயி வுடலாமா?... அவங்கிட்ட நூல் இருக்கு."

"சரி... போலாம்", என்று காவ்யா அவனுடன் கிளம்பினாள்.

ரமேஷ் வீட்டு மாடிக்கு வந்ததும் அடம் பிடித்தாள், "நாந்தான் வுடுவேன்"

காத்தாடியில் நூலை கட்டிக் கொண்டிருந்த அருண் மறுத்தான், "அய்யே... ஒனக்கு வுடத் தெரியாது."

"அப்ப எங் காத்தாடியக் கொண்டா" முகத்தை உர்ரென்று வைத்துக்கொண்டு காவ்யா கேட்டபோது அருண் அவளிடமே கொடுத்து விட்டான்.

"இந்தா ... நீயே வுடு"

மாடியிலிருந்து காற்றாடியை தொங்கலாக கீழே விட்டவள், காற்று வீசியபோது நூலை, சுண்டி சுண்டி இழுத்து மேலே தூக்க முயற்சித்தாள்.

ஒவ்வொரு முறையும் மேலெழும்பி தள்ளாடி மிதந்துவிட்டு அது `என்னால முடியாது தாயி,' என்று தலை குப்புற கவிழ்ந்து கொண்டது.

"நீ வுட்டாப் பறக்காது... கொண்டா இப்டி",

அருண் அவளிடமிருந்து பிடுங்கி காற்றாடியை பறக்கவிட்டான். காற்றாடி தளும்பித் தளும்பி எழும்பி உயரத்திற்குப் போனது. ரமேஷ் நூலை விடுவதும், குச்சியில் சுற்றுவதுமாய் இருந்தான்.

தனது காற்றாடி உயரத்தில் பறப்பதையும், அது அங்குமிங்குமாய் அலை பாய்ந்து வேடிக்கை காட்டுவதையும் பார்த்துப் பரவசப்பட்டு கைதட்டிக் கொண்டிருந்தாள் காவ்யா.

"இப்பப் பாத்தியா... எப்டிப் பறக்குதிண்ணு!" அருண் கேட்டு முடிக்குமுன்னே, வானத்தில் குறுக்காக வந்த ஒரு சிவப்புநிற காற்றாடி காவ்யாவின் காற்றாடியை ஒரு சுற்று சுற்றி எழும்பியது.

எங்கிருந்தோ அதை இயக்கிக்கொண்டிருந்தவன் அந்த சிவப்பு காற்றாடியை இரண்டு மூன்று முறை வெட்டி வெட்டித் தூக்கியபோது இவளது காற்றாடியின் நூல் அறுந்தது. கைவிடப்பட்டு, காற்றில் அலைக்கழிந்து அது அனாதையாக அந்தரத்தில் மிதந்தது.

சிவப்புக் காற்றாடி, தனது குட்டை குரங்கு வாலை ஆட்டி இளித்து, காவ்யாவின் காற்றாடியை பரிகசித்து, பல்டியடித்து மேலே எழும்பியது.

"அவந் நூல்ல மாஞ்சா போட்ருக்கான்," அருண் பதற...

"எங் காத்தாடியக் கொண்டா", காவ்யா நெஞ்சில் அடித்துக்கொண்டு அழுதாள்.

"வா... அது எங்க வுழுதிண்ணு பாத்து எடுத்திர்லாம்." காவ்யாவை இழுத்துக்கொண்டு அருண் மாடியிலிருந்து இறங்கி ஓடினான்.

காற்றாடி அந்தரத்தில் நீந்தித் தள்ளாடி கீழிறங்க, அதைத் தொடர்ந்து குறுகலான சந்துகள், சாலைகள் கடந்து இருவரும் ஓடி வந்தார்கள்.

அது சட்டென்று கீழிறங்கி ஒரு மின்கம்பத்தில் தொற்றிக்கொண்டது.

"ஒன்னாலதான் எங் காத்தாடி போய்டிச்சு" காற்றாடியைப் பார்த்து பார்த்து காவ்யா பொருமி அழுதாள்.

"ச்சீ அழாத... வேற காத்தாடி செஞ்சு தர்றேன்," என்று அவளை சமாதானப்படுத்தி அருண் அழைத்துக்கொண்டு வந்தான்.

மறுநாள் மாலையில் அந்த மின்கம்பத்திற்கு வந்து பார்த்தாள். அந்த காற்றாடியை காணவில்லை.

குளித்துவிட்டு வந்துகொண்டிருந்தவளை வழிமறித்து அருண் கேட்டான், "மூச்சா வண்டி, குளிச்சிட்டியா?"

முகத்தை 'உர்' ரென்று தூக்கி வைத்துக்கொண்டு தலையைச் சாய்த்து வெட்டிவிட்டுப் போகிறவளைப் பார்த்துச் சொன்னான், "அய்ய... மூஞ்சியப் பாரு, இடியாப்பம் மாதிரி,"

'எப்பப் பாரு, மூச்சா வண்டி... மூச்சா வண்டி.' இனி இவங்கிட்ட பேசவே கூடாது, காவ்யா மனதிற்குள் சபதமிட்டுக்கொண்டாள்.

மாதத்திற்கு ஒரு முறையாவது இப்படி அருணிடம் “டூ” விடுவதுதான்... இரண்டு நாள் கழித்து அவளாகவே வலியச் சென்று கெஞ்சுவாள்,

“டேய் எனக்கொரு காத்தாடி செஞ்சு குடுறா”

“போ... போ, ஒனக்கு இனிமே காத்தாடியே செஞ்சு தரமாட்டேன்”, என்று விரட்டினாலும், பின் தொடர்ந்து அவள் கெஞ்சும்போது பாவமாக இருக்கும்.

“ஒனக்கு நாளைக்கு செஞ்சு தர்றேன்... காளியம்மன் கோயில் தெரு பாலுவுக்கு ஒண்ணு, ரண்டாவது தெரு பிரகாஷுக்கு ஒண்ணிண்ணு இண்ணிக்கி ரண்டு பேத்துக்கு செஞ்சு குடுக்கணும்.”

“எள்ளுருண்ட வாங்கித் தர்றேண்டா”

“அய், அஸ்கு புஸ்கு... டபாய்க்கிறியா?”

“சத்தியமா...”

“அப்ப மொத வாங்கிட்டு வா” என்று அருண் உத்தரவு போடுவான். காவ்யா தயங்கித் தயங்கி பக்கத்துத் தெரு சண்முகம் கடைக்குப் போவாள். தலையைச் சொறிந்து, எச்சில் முழுங்கித் தைரியத்தை வரவழைத்துக் கேட்பாள்,

“அம்மா சொல்லிச்சு... ரண்டு எள்ளுருண்டை வாங்கிக்க”. அருணுக்கு ஒன்று வாங்க வந்த இடத்தில், தனக்கும் ஒன்று வேண்டுமென்று தோன்றும்.

“போடி மூச்சா வண்டி... ஒனக்கு எதுவுமே தரக்கூடாதிண்ணு கோகிலா சொல்லியிருக்கா” எள்ளுருண்டை, தொண்டையை அடைத்துக் கொண்டுவிட்டதைப் போல் அழுகை முட்டிக்கொண்டு வரும்.

எள்ளுருண்டை நிறைந்திருக்கும் கண்ணாடிப் புட்டியை ஏக்கமாய் பார்த்துக்கொண்டு, நகத்தை கடித்துக்கொண்டு திரும்பி நடக்கையில் மனசு பொறுக்காமல் சண்முகம் கூப்பிடுவார்,

“இந்தா, ஒண்ணு போதும் ஒனக்கு”

வாங்கிக்கொண்டு சிட்டாய் பறப்பாள். ஒரு தெருவைக் கடந்ததும் நாக்கில் எச்சில் ஊற்றெடுக்கும். உருண்டையில் துருத்திக்கொண்டிருக்கும் பக்கம் பார்த்து, எச்சரிக்கையோடு கடிப்பாள். வீட்டிற்கு வரும்போது உருண்டை பாதியாகியிருக்கும்.

அதை வாங்கிப் பார்த்துவிட்டு அருண் முறைப்பான். “தடுக்கி விழுந்தப்ப பாதி ஒடைஞ்சிருச்சு... தோ பாரு, பாவாடையெல்லாம் மண்ணு” என்று சமாளிப்பாள்.

கைக்கு வந்ததில் பாதியைக் கொடுத்துவிட வேண்டியிருக்குமோ என்ற ஜாக்கிரதையோடு அருண் உத்தரவு போடுவான்.

“பட்டுண்ணு போயி பேப்பர் எடுத்திட்டு வா” அணுவைப் பிளக்கும் ரகசியமாய், அருண் தனது குடிசைக்குள் சென்று மறைந்திருந்து காற்றாடி செய்வான்.

அதற்குள் சலவைக்கு வந்த துணிகளினின்று பிரித்து திரித்து, நூல் தயாராக்கிவிடுவாள். அதைக் காற்றாடியில் கட்டி, குடிசைப்பகுதியின் எல்லாத் தெருக்களிலும் பறக்கவிட்டபடி வளைய வருவாள்.

ஒரு நாள் இப்படி பறக்கவிட்டபடி ஓடி வந்து கொண்டிருக்கையில் ‘சிவகாமி தெருவில்’ இவளுடன் படிக்கும் ஆனந்த் வழிமறித்து, காற்றாடியை பிடுங்கிக்கொண்டுவிட்டான்.

அழுதபடியே அருணிடம்தான் வந்தாள், “அந்த ஆனந்த் பையங் காத்தாடியப் புடிங்கிட்டான்.”

அருண் சிலிர்த்துவிட்டான். பள்ளிக்கூட மரத்திலேறி மாங்காய் பறிக்க உசுப்பேற்றி விட்டுவிட்டு இங்கிலீஷ் வாத்தியாரைக் கண்டதும், “சார், அருண் மரத்தில ஏறி மாங்காய் பறிக்கிறான். வாத்தியார் அடிப்பார்னு சொன்னாலும் கேக்கமாட்டேங்கிறான்”, என்று அவன் மாட்டிவிட்ட கோபம் வேறு இருந்தது.

தனது தெருவினின்று இரண்டு மூன்று சிறுவர்களையும் சேர்த்துக்கொண்டு போருக்குக் கிளம்பியவன், ஆனந்திடம் சண்டையிட்டு காற்றாடியை மீட்டுக்கொண்டு வந்தான்.

அதைக் காவ்யாவிடம் கொடுத்தபோது அவளது முகத்தில் படர்ந்த சந்தோஷ வெளிச்சம், அருணின் அடிமனதில்... உணரமுடியாத இருட்டுப்பகுதியில்... துவைத்து நீலம் தோய்த்த வெள்ளைத் துண்டாய் உறைந்தது.

“இது என்னது?”, அவனது கையை சுட்டிக் கேட்டாள்.

“ஆனந்த் பையங் கடிச்சிட்டான்.”

மூன்று பற்கள் ஆழப் பதிந்த வடுவைப் பார்த்து காவ்யா முகம் கறுத்தபோது, “அவம் பல்லையே பேத்துட்டன்ல” என்று சாகசமாய் சொல்லிக்கொண்டு போனான்.

புத்தக பையைத் தூக்கிக்கொண்டு அம்மாவிடம் சொல்லிவிட்டு கிளம்புகையில் பின்னாலிருந்து அருண் கூப்பிட்டான், “காவ்யா நில்லு... நானும் வர்றேன்.”

அவள் “டூ” விட்டதால்தான் காவ்யா. இல்லாவிட்டால் மூச்சா வண்டிதான்.

திரும்பி முறைத்துக்கொண்டு நடந்தவளின் பக்கத்தில் வந்தான்.

"எங்கிட்ட டூவா?"

காவ்யா பேசாமல் நடந்தாள்.

"ஆமா... நீ பேசலண்ணா எங்க வீட்ல தீப்பிடிச்சுக்குமாம்." முன்னால் நடந்தவன், சண்முகம் கடைக்கு வந்ததும் பையிலிருந்து காசு எடுத்து எள்ளுருண்டை வாங்கினான். ஒரு கடி கடித்துவிட்டு காவ்யாவை ஓரக்கண்ணால் பார்த்தான்.

நீர் சுரந்தாலும், காவ்யா நாக்கைக் கடித்துக் கொண்டாள், 'இனி இவங்கிட்ட எப்பவுமே டூதான்'.

வானத்தை அண்ணாந்து பார்த்தாள், 'காத்தாடி எதுவாச்சும் பறக்குதா?'

காலைச் சிவப்போடு வானம் வெறிச்சோடிக் கிடந்தது. காற்றாடி எதையும் காணவில்லை.

"ப்ச்", என்று அலுத்து தலை தாழ்த்தியளின் பார்வையில் விழுந்தது அந்தக் காற்றாடி.

சாலை ஓரத்து பங்களா ஒன்றின் முன்னால் போர்டிகோ முழுக்கக் கிளை பரப்பி, செழித்துப் படர்ந்திருந்த வேப்ப மரத்தின் உச்சிக் கிளையின் முனையில் தொங்கி படபடத்துக்கொண்டிருந்தது அந்த "கருநீலக் காற்றாடி!"

கிளையில் நூல் சிக்கிக்கொண்டிருக்க, காற்றுக்கு அங்குமிங்குமாய் அலை பாய்ந்து சடசடத்து, தன்னை விடுவித்துக்கொள்ள போராடிக்கொண்டிருந்தது.

இனி பேசவே கூடாதென்று சபதமிட்டதை மறந்து, அருணிடம் ஓடி வந்து உற்சாகமாய் கத்தினாள், "டேய்... அங்கப் பாரு!"

அவள் சுட்டிய திசையில் கருநீலக் காற்றாடி தவித்துக் கொண்டிருந்தது.

அவனது தோளைப்பற்றி கெஞ்சினாள், "அந்தக் காத்தாடிய எடுத்துத் தருவியா?"

"நீ தான் எங்கிட்ட டூ விட்டியே!"

"சத்தியமா... படிப்பு மேல சத்தியமா, இனிம உங்கிட்ட டூ இல்ல."

"காத்தாடிண்ணா மட்டுந்தான் நீ எங்கிட்டக் கெஞ்சுற... நீ எனக்கு ஃப்ரெண்டே இல்ல"

“எங்கிட்ட பேசமாட்டியா?”, கேட்டவளின் முகம் இருண்டது... அழுதுவிடுவாள் போல தலை கவிழ்ந்தாள்.

“அது உச்சிக் கிளைல இருக்கு... எடுக்கிறது கஸ்டம்.”

“தோ, அந்த சுவத்தோட ஒட்டித்தான வேப்பமரம் நிக்கிது. சுவத்தில ஏறினா மரத்தப் புடிச்சிர்லாம்... எப்டியாவது எடுத்துக் குட்றா”

“இந்தப் பையப் புடி”, புத்தகக் கூடையை அவளிடம் கொடுத்துவிட்டு பங்களாவின் ஆளுயர சுவருக்கு முன்னால் வந்து எம்பிக் குதித்து மேல் முனையை பிடித்தான்.

சுவரில் தொங்கியபடி உள்ளே எட்டிப் பார்த்தவன் மிரண்டான். கறுப்பு நிறத்தில், கரடி உருவில் ஒரு நாய் நாக்கைத் தொங்கவிட்டுக் கொண்டு வராண்டாவில் அங்குமிங்குமாய் அலைந்துகொண்டிருந்தது.

‘ஆவ்’, என்று வாய் பிளந்து ஏப்பம் விட்டுக் குரைத்தது. பயந்து கிழே குதித்துவிட்டான்.

“உள்ள ஒரு நாய் நிக்கிதுடி...இம்மாம் பெருசிருக்கும்”, தலைக்கு மேல் கைவைத்துக் காட்டினான்.

“நாய் மரத்தில ஏறுமா?”

“ஏறாது.”

“அப்ப அது கீழதான நிக்கும்?”

“அதப் பாத்தாலே எனக்கு பயமா இருக்கு”

“அப்ப எடுத்துத் தரமாட்டியா?”

“ஸ்கூல் விட்டு வர்றப்ப நாய் இல்லேண்ணா எடுத்துத் தர்றேன்.”

“அதுக்குள்ள யாராச்சும் எடுத்திருவாங்க”

“எடுத்தா போகட்டும்... இப்ப நீ வர்றியா?”, பையைப் பிடுங்கிக்கொண்டு அருண் கிளம்ப, அந்த இடத்தைவிட்டு நகர மனமேயில்லாது நகர்ந்தாள். திரும்பித் திரும்பி வேப்ப மர உச்சியை பார்த்துக்கொண்டே சாலையோரமாய் நடந்தாள்.

அந்த கருநீலக் காற்றாடியின் வால்முனை கிளையில் சுற்றியிருக்கிறது. ‘கிழிஞ்சிருமா?’

வழக்கமாய் பாடங்களை கூர்ந்து கவனிப்பவள், வகுப்பறையில் இருப்புக்கொள்ளாமல் தவித்தாள். மனது அந்த கருநீலக் காற்றாடியைச் சுற்றிசுற்றி வட்டமடித்துக் கொண்டிருந்தது!

‘காத்தில கிழிஞ்சிருமா? ‘

‘யாராச்சும் எடுத்திருவாங்களா?’

வகுப்பாசிரியை பாடத்தை முடித்துவிட்டு, “தேசியக்கொடியின் நிறங்கள் எவை?”, என்று கேள்வி கேட்ட போது, “கருநீலம்”, என்று சொல்லி, புறங்கையில் அடி வாங்கினாள். அருணிற்கும் வலித்தது.

அடுத்த பீரியடிற்கான வரலாற்றாசிரியை வர தாமதமாக, மாணவர்களெல்லாம் “குசுகுசு”வென்று பேசிக்கொண்டிருக்கையில் அருண் மட்டும் “உம்”மென்றிருந்தான்.

வரலாற்றுப் புத்தகத்தின் அட்டைகளை விட்டுவிட்டு, ஒட்டு மொத்த காகிதத்தின் வலது முனைப் பகுதியில் பெருவிரலால் அழுத்தி, சீட்டுக்கட்டு விரிப்பது போல விரிக்க, காகிதங்களின் வெளிப்புற ஓரப் பகுதியில் கண்ணுக்குப் புலப்படாத அளவு சின்னதாய் எழுதியிருந்த “காவ்யா”விரிந்து விரிந்து பெரிதாகி, 3டி பிம்பமாவதை அருண் ரசித்துக்கொண்டிருந்தான்.

அருணிற்குப் பக்கத்திலிருந்த வகுப்பு லீடர், பக்கத்துச் சிறுமி யிடம் சண்டையிடுகிற காவ்யாவைப் பார்த்து “டீச்சர்கிட்ட சொல்லிக்கொடுப்பேன்”, என்று அவளது பெயரை குறித்துக் கொண்டிருக்கையில், அவனது தொடையில் `பென்சில் குத்து’ விழுந்தது.

“ஆவ்”, என கத்தி, பென்சில் குத்தின் காரணம் புரியாமல் முழித்து, வகுப்பு லீடர் அருணைப் பார்த்தபோது கேட்டான், “எதுக்கு எம்மேல ஓராசுற?”

இண்டர்வெல் மணி அடித்ததும் காவ்யா வந்து ஞாபகப்படுத்தினாள், “அந்தக் காத்தாடிய எடுத்துத் தருவல்ல?”

மதியம் சத்துணவு சாப்பிடுகையில் அருணிற்கு புரையேறியதென்று, சோற்றை போட்டுவிட்டு வகுப்பறைக்குள் ஓடி தம்ளரில் தண்ணீர் எடுத்து வந்து தந்தாள்.

மாலையில் கடைசி மணி அடித்ததும் மாணவர்கள் எழும்பி நின்று “ஜன கன மன” பாடிக்கொண்டிருக்கையில் அவசரமாய் புத்தகங்களை பொறுக்கி கூடையில் திணித்து, தேசிய கீதம் முடிந்ததும் கணக்காசிரியரிடமிருந்து காதில் திருகு வாங்கினாள்.

மாணவர்கள் பரபரப்பாய் புத்தகப் பைகளை தூக்கிக்கொண்டு ஓடிக்கொண்டிருக்கையில் அருணிடம் விரைந்து வந்தாள், “வா சீக்ரம் போலாம்”

அருண் கேட்டான், "எல்லா டீச்சர்ட்டயிருந்தும் எதுக்கு இப்டி அடி வாங்கிற?"

காவ்யா அவனது கையைப் பற்றி இழுத்தாள், "வா சீக்ரம்"

அருணை இழுத்துக்கொண்டு மாணவர்களுக்கிடையில் முண்டியடித்துக் கொண்டு ஓடினாள்.

'அது காத்தில கிழிஞ்சிருக்குமா?'

'யாராச்சும் எடுத்திருப்பாங்களா?'...

ஓட்டமாய் ஓடிவந்து அந்த பங்களாவிற்கு முன்னாள் நின்றவள் பெருமூச்சுவிட்டாள். கிழியாமல்... யாரும் எடுத்துப்போகாமல் அந்த கருநீலக் காற்றாடி காற்றில் துடி துடித்துக்கொண்டிருந்தது.

"சீக்ரம்... சீக்ரம்", அருணை அவசரப்படுத்தினாள். புத்தகக் கூடையை காவ்யாவிடம் கொடுத்துவிட்டு எம்பி பங்களாச் சுவர் முனையை பிடித்து, உடலை சுவரின் மேல் பதித்துத் தொங்கியவனாய் அருண் உள்ளே நோட்டம் விட்டான்.

அந்த கரடி நாய் போர்டிஹோ தூணில் கட்டப்பட்டிருந்தது.

சுவரில் ஏறி மரத்துக்குத் தாவ... பங்களாவுக்குள்ளிருந்து பெரிய பந்தோடு வெளிப்பட்ட சிறுவன் அருணைப் பார்த்து கத்தினான்,

"டேய்... எதுக்கு மரத்தில ஏறுற?"

"அந்தக் காத்தாடிய எடுக்கிறதுக்கு."

"அது என்னுது... எடுத்து குடுத்துருவியா?"

"மாட்டேன்... அது காவ்யாவுக்கு வேணும்."

"அப்ப ஒழுங்காக் கீழ எறங்கு", சிறுவன் மிரட்டியதை பொருட்படுத்தாது கிளைகளைப் பிடித்து மேல் நோக்கித் தாவினான்.

"நாய அவுத்து வுட்ருவேன்" என்று சிறுவன் நாயை நோக்கிச் செல்ல, அருணிற்கு பயம் கொப்பளித்தது.

கீழே பார்த்தான். பிளாட்பாரத்தில் நின்றுகொண்டு காவ்யா கத்தினாள், "வேற யாராச்சும் வந்துரப் போறாங்க"

காற்றாடியை கையில் வாங்கியதும் அவளது முகத்தில் சுடரும் சந்தோஷ வெளிச்சத்தை பார்ப்பதற்காகவே துணிந்து உச்சிக் கிளைக்கு ஏறினான்.

பங்களா சிறுவன் நாயை அவிழ்த்துவிட, அது உடலை உதறி சிலிர்த்துக்கொண்டே வேப்பமரத்தை பார்த்து ஓடி வந்தது. அண்ணாந்து பார்த்து குரைத்துக் கொண்டே நாக்கைத் தொங்கவிட்டு வேப்பமரத்தை சுற்றி வட்டமடித்தது.

அருணிற்கு கைகளும் கால்களும் வெடவெடக்கத் தொடங்கியது. பயத்தை அடக்கி, உச்சிக்கிளையின் முனையைப் பிடித்து வளைத்து, சிக்கிக்கொண்டிருந்த நூலை அறுத்து, கிழியாமல் காற்றாடியை கைப்பற்றினான்.

காற்றாடியை பத்திரமாய் பிடித்து, பயந்து பயந்து கீழிறங்கி வந்து வேப்பமரத்தில் ஒரு காலும், சுவரில் ஒரு காலுமாய் நிற்கையில், “எங் காத்தாடியக் குடுறா”, என்று சிறுவன் கீழிருந்து குதிக்க, கரடி நாய் முன்னங்கால்களை வேப்பமரத்தில் தூக்கி வைத்து உரக்கக் குரைத்தது.

காற்றாடியை காவ்யாவிடம் வீசிக்கொண்டு கத்தினான், “காவ்யா ஓடிரு”

கருநீலக் காற்றாடியை கையில் பிடித்துக்கொண்டு புத்தகக் கூடைகளின் பாரத்தோடு காவ்யா சாலையில் இறங்கி ஓடத் தொடங்கினாள்.

பங்களா சிறுவன் குதித்து சுவரிலிருந்து அருணின் காலைப் பிடித்திழுக்க, தடுமாறிய அருண் வேப்பமரத்தினின்று காலை எடுத்த நொடியில் தொப்பென்று அந்த நாய்க்கு முன்னால் வந்து விழுந்தான்.

காவ்யா பயத்தில் மூச்சு வாங்கி, ஓட்டமாய் சிறிது தொலைவைக் கடந்து, அடுத்த திருப்பத்தில் திரும்பி, சாலையைக் கடக்கையில் சட்டென்று நின்றாள்.

“அய்யோ அருணைக் காணமே !”, நினைத்த நொடிப்பொழுதில், எதிரில் வேகமாய் வந்த ஒரு `பளீர் வெள்ளை நிற' அம்பாசிடர் கார் அவளை இடித்துத் தூக்கி தூர வீசியது.

அந்தரத்தில் பறந்து பிளாட்பாரத்தின் ஓர விளிம்பில் மல்லாக்க விழுந்தவளின் பின் மண்டை உடைந்தது. “க்ரீச்” சென்று சாலையைத் தேய்த்து ஒரு கணம் நின்ற கார், பின் நொடிப்பொழுதில் வேகமாய் கிளம்பி சாலையில் மறைந்தது.

பிளாட்பாரத்தில் புத்தகங்களெல்லாம் இறைந்து கிடக்க...

மூக்கிலும், வாயிலும், பின் மண்டையிலுமாய் இரத்தம் பெருக்கெடுக்க...

காவ்யாவின் கண் சொருகும் நொடியில் அந்த கனவு விரிகிறது.

உயர உயரத்தில்...

அந்திச் சாயம் பூசிக்கொண்ட மேக்கக்குன்றுகளைக் கிழித்துக் கொண்டு...

அந்தக் கருநீலக் காற்றாடி.

சட்டென்று வெள்ளை நிறமாகி... மயில் பல்லக்காய் கீழிறங்கி வந்து... மொட்டை மரத்தின் உச்சிக்கிளையை உரசி நிற்கிறது.

பல்லக்கின் பக்கவாட்டுக் கதவு திறக்க... வெளீரென்று தேவதை வெளியேறி, பனிச்சிறகுகளை வீசி அழைக்கிறாள்,

"வா..."

"தோ வந்துட்டேன்..." உதடுகள் ஒட்டிக்கொள்ளாத வார்த்தைகளை முணுமுணுத்தவாறு... காவ்யாவின் உயிர்த்துடிப்பு அடங்குகிறது.

பெருக்கெடுத்த இரத்தம் அவளது பாவாடை, சட்டையை முழுக்க நனைத்து, தரையில் வழிந்து உறைய...

இடது கையில் அவள் இறுகப் பற்றியிருந்த கருநீலக் காற்றாடி, காற்றுக்கு சடசடத்துச் சாய்ந்து, இரத்தத்தில் தோய்ந்து, நெஞ் சில் படிகிறது.

பின்னி மோசஸ்

தெங்கு

"நன்றி ஒருவர்க்குச் செய்தக்கால் அந்நன்றி
என்று தருங்கொல் எனவேண்டா - நின்று
தளரா வளர் தெங்கு தாளுண்ட நீரைத்
தலையாலே தான் தருதலால்."

– ஔவை

அச்சு களந்த காளவண்டி போல லொட லொடவென்று திருச்சியினின்று வந்து கொண்டிருந்த திருவள்ளுவர் பேருந்து விடிகாலை ஐந்து மணிக்கு பைபாஸ் சாலையினின்று இடதுபக்கம் திரும்பி மார்த்தாண்டம் பழைய பஸ் ஸ்டாப்பில் வந்து நின்றது.

இரண்டு பேர் இறங்கியபின்பு மூன்றாவது ஆளாய் நாராயணன் கப்பள்ளி இறங்கினார்.

வலது கையில் கனமான ஒரு வெள்ளை பிளாஸ்டிக் பையும், இடது கையில் திருச்சி சாரதா டெக்ஸ்டைல்ஸ் பாலிதீன் பையும், தூக்கியிருந்தார். கனமான பிளாஸ்டிக் பையில் மகள் ஷோபனா, அண்ணன் சங்கரனது வீட்டிற்கு செய்து கொடுத்து அனுப்பிய பலகார வகைகள் இருந்தது. பாலிதீன் பையில் அவரது வேஸ்டி, சட்டை, துண்டு இத்யாதிகள் இருக்கக்கூடும்.

பேருந்தினின்று இறங்கி நின்றவர் மனதிற்குள் திட்டினார், 'கள்ளிய வெட்டிச் சாரின திருவள்ளுவர்'

பேருந்து செய்த பாவத்திற்கு திருவள்ளுவர் புண்ணியம் கட்டிக் கொள்ள வேண்டியிருக்கிறது! நாராயணன் கப்பள்ளியிடமிருந்தெல்லாம் வசவு வாங்கவேண்டுமென்பது திருவள்ளுவரின் தலையெழுத்து.

'ஷீணம்' தெளியும் விதமாய் கொட்டாவி விட்டுக்கொண்டே பிளாஸ்டிக் பையை கீழே வைத்துவிட்டு முணுமுணுத்தார்.

“அய்யப்பா”

மண்ணின் காற்று மனதிற்குள் பனி வீசியது. அணிந்திருந்த ‘ரப்பர்’ செருப்புகளை கழற்றிவிட்டு பாதங்களை தரையில் பதித்தார். பனி படிந்து கிடந்த மார்த்தாண்டம் மண்ணின் குளுமை ‘சில்லென்று’ குதிகால் நரம்பு வழியாய் மேல் நோக்கி ஊர்ந்தது.

அரை உழக்கு எண்ணெய் விட்டு அழுந்த வாரி விட்டாலும், அடி பணியாமல் குத்திட்டுக்கொண்டு நிற்கும் கப்பள்ளியின் தலை முடியைப் போலவே, விடியல் இருட்டும் பரத்திக்கொண்டு கிடந்தது.

தரைக் குளிர்ச்சியும், சொந்த மண்ணில் கால் வைத்ததும் பற்றிக் கொள்ளும் பரபரப்பும் நரம்புகளில் எறும்புச் சாரையாய் ஊர்ந்து கொண்டிருக்க... தலை சுழற்றி சாலையின் இரண்டு பக்கமும் பார்த்தார்.

ஐம்பத்தி ஐந்து வயது பார்வையில் பனித்திரை ஒன்று படர்ந்திருந்தது.

இரண்டு வருடத்திற்கு முன்னால் வந்தபோதுகூட ஆஸ்பெட்டாஸ் சீட்டும், கேரளத்து ஓடுகளுமாய்... சுவர்களில் பழுப்புப் பாசி படர்ந்து, காரை பெயர்ந்து விழுந்து, வரிசையாய் இருந்த கட்டிடங்களில் ஒன்றிரண்டு மட்டுமே, ஜீன்ஸ் இளவட்டங்களுக்கிடையே கூனல் விழுந்த கோவணக் கிழவனாய் நின்று கொண்டிருந்தது.

சாயக் கடைகள் ஹோட்டலாகவும், இருந்த ஒன்றிரண்டு ஹோட்டல்களும் லாட்ஜ்களாகவும், மெர்க்குரி வெளிச்சம் துப்பி கப்பள்ளியைப் பார்த்து ‘சொந்த எடம் எங்க?’ என்று கேட்டது.

எதிர்ப்புறத்திலிருந்த அரசு பள்ளிக்கூடத்தில் இடிந்து விழுந்து கிடந்த கருங்கல் காம்பவுண்டைக்கூட முழுதாய் இடித்துவிட்டு, செங்கல் சுவர் கட்டி வெள்ளையடித்து “விளம்பரம் செய்யாதீர்” என்று எழுதி வைத்திருந்தார்கள்.

பைபாஸ் சாலைக்கும், அதனின்று இருகிளைகளாய் இடதுபக்கம் பிரிந்து நூறடி தொலைவில் ஒன்று சேரும் சாலைகளுக்கும் இடையில் முக்கோணமாய், மூக்கைச் சீந்தியபடி போக்குவரத்திற்கு இடைஞ்சலாய் இருக்கும் அந்த பழைய கட்டிடங்கள் மட்டும் இப்போதும் அப்படியே இருந்தது – தலை வாசலுக்கு மத்தியில் தகர டப்பாவை கவிழ்த்து வைத்தது போல.

செருப்பை மாட்டிக்கொண்டு பைகளை தூக்கிக்கொண்டு, முக்கோணக் கட்டிடங்களுக்கு இடையிலிருந்த கடைக்குச் சென்று "சாய" சொன்னார்.

சந்தையிலிருந்து கட்டிக்கொண்டு வரும் சாக்கு மூட்டைகளோடும், கடவங்களில் காய்கறிகளோடும், சுற்றுவட்டாரப் பகுதிகளினின்று வாங்கவும் விற்கவும் வரும் ஜனம் தொண தொணத்துக் கொண்டிருந்தது.

சாய குடித்துவிட்டு திரும்பி வந்து பேருந்துகள் நிற்குமிடத்தில் நின்றுகொண்டார். இனி 'மஞ்சாலு மூட்டு'க்குப் போகும் பஸ்சை பிடிக்க வேண்டும்.

அஞ்சாறு பஸ்சுவ போனபின்பு எதிரில் வந்த ஒரு பேருந்தை உற்றுப்பார்த்து அது 86பி என்று உறுதி செய்து கொண்டார்.

வந்து நின்ற பேருந்தில் கடவங்களையம், மூட்டைகளையும், ஒவ்வொருவராய் தூக்கிப்போட, எடையிலோடி கப்பள்ளியும் ஏறி மத்தியிலிருந்த இருக்கையில் இடம் பிடித்துக்கொண்டார்.

"பெண்ணே... சீவனோட தூக்கிக்கொண்டா", என்று முன்பக்கப் படிக்கட்டில் கேட்ட குரல் பழகிப் பரிச்சியமானதாய் இருந்தது.

கீழே நின்று கொண்டு ஒருத்தி தூக்கிக்கொடுத்த காய்கறி நிரம்பியிருந்த கடவத்தை, பேருந்திற்குள் மேல் படிக்கட்டில் நின்றுகொண்டு வாங்கிக்கொண்டிருந்த அவளுக்கு நாற்பதிற்கு மேல் வயதிருக்கும். சேலை கட்டாமல் பாவாடைக்கு மேல் லுங்கி கட்டியிருந்தாள். ஜாக்கெட்டிற்கு மேலாக துவர்த்து போட்டு ஒரு முனையை இடுப்பில் சொருகியிருந்தாள். குனிந்தபடி அவள் கடவத்தை வாங்கி வைத்தபோது, துவர்த்து மறைப்பிற்கு இடையில் விழுந்த பார்வையில் கப்பள்ளிக்கு நிச்சயமாயிற்று – அவள் சுலோச்சனாதான் என்று.

காய்கறி கடவத்தை இழுத்துக்கொண்டு வந்து கப்பள்ளி உட்கார்ந்திருந்த இருக்கைக்கு முன் இருக்கைக்கு பக்கத்தில் வைத்துவிட்டு உட்காரப்போனவள் கப்பள்ளியைப் பார்த்து விட்டாள்.

"ஆ... இதாரு, கப்பள்ளியா?", நாடியில் கை வைத்து ஆச்சர்யப்பட்டாள்.

"கப்பள்ளி மோளுக்க வீட்டிலந்தா வருது? சோவன சொகந்தேனா?"

“ஓ, நல்லாயிருக்கிதா”, சுலோச்சனாவின் துவர்த்தை பார்த்துக் கொண்டே சொன்னார்.

தளதளத்துப் போகாமல், இறுகித் திரண்டிருந்த அவளது மார்புகளை மறைச்சேதுக்கு வக்கற்று அந்த துவர்த்து துவண்டு கிடந்தது.

கப்பள்ளியின் பார்வையை புரிந்துகொண்ட சுலோச்சனாவின் கண்களில் குறும்புப் பூ இதழ் விரித்தது.

அந்த இருக்கையில் அவள் உட்கார்ந்து கொண்டாள். கண்ணாடித் தாளில் சுற்றி இடுப்பில் சொருகி வைத்திருந்த முறுக்கான் பொதியை எடுத்துப் பிரித்து, வெற்றிலையில் சுண்ணாம்பு தடவினாள்.

“இப்பந் நீ மரக்கறி கச்சோடமா செய்யித?”, கப்பள்ளி கேட்டார்.

“ஓ... கப்பள்ளி முறுக்கான் இடேது?”

“வேண்டாம் பெண்ணே... காலத்த வா கொப்புளிச்சல்ல”, சொல்லும்போது கப்பள்ளியின் முகத்தில் ஒரு குறுங்கோணல்.

சுலோச்சனா திரும்பிப் பார்த்தாள். தடித்த கறுப்பு உதடுகளில் ஒரு இள நகை படர்ந்தது. அந்த இளநகையின் அர்த்தம் என்னவென்று கப்பள்ளிக்குத் தெரியும்.

“பறச்சியளுக்க கைலேந்து முறுக்கான் இடமாட்டியளெங்கிலும்...” அவள் அந்த வாக்கியத்தை முடிக்காமலேயே வெற்றிலை பாக்கை வாயில் போட்டுக்கொண்டாள்.

“இப்பம் ஓலை மொடையக்கம் ஒண்ணும் இல்லியோ?” – கப்பள்ளி கேட்டார்.

“எங்க?... கப்பள்ளி போனதோட ஓலையும் போச்சு, மொடச்சியும் போச்சு”

“சந்தையில தேங்கயொக்க வெல எப்பிடி?”

“தெங்கம் புரேடத்த அழிச்சுங்கொண்டு ரப்பர் நட்ட பெறவும் கப்பள்ளிக்கு தேங்கய்க்க ஓர்மதேன். சந்தையில தேங்கைல கை வெச்ச விடேயினும்? அப்போ... பயங்கரச் சுறுக்கு. மாங்கய்க்க சைசில உள்ள தேங்கய்க்கு ஆறும் ஏழும் ரூவயில்லா செல்லினும்... மீனுக்கு அரைச்சேதுக்கு தேங்க வேண்ட ஒக்காதிண்ணு ஆச்சு”, துவர்த்தை இழுத்து மார்பை மறைத்துக்கொண்டே சொன்னாள்.

வீட்டினின்று கிளம்பும் நேரத்தில் மகள் ஷோபனா, "காய்ச்சின எண்ணெ தேய்ச்சு ஒருவாடு நாளாச்சு. பப்பா திரிச்சு வரும்பம் மறக்காத தலைக்கெண்ண காய்ச்சிக்கொண்டு வரணும்", என்று சொன்னது ஞாபகம் வந்தது.

இரண்டு ஏக்கர் தெங்கம் புரேடம் வைத்திருந்த கப்பள்ளி, மகளுக்கு எண்ணெ காய்ச்ச தேங்காய், சந்தையில் வாங்க வேண்டியிருக்கும் என்பதை நினைத்தபோது பொறுக்கவில்லை.

கப்பள்ளி ஊரில் இருந்ததுவரை தேங்காயெண்ண வெளியில் வாங்கியதில்லை. தேங்காயிலிருந்து பால் பிழிந்து வீட்டிலேயே பெண்டாட்டி கஸ்தூரி எண்ணெ காய்ச்சுவாள்.

எண்ணெ காஞ்ச பிறகு சீனிச்சட்டியில் பால்கோவா போல உறையும் 'கக்கத்திற்காய்' ஷோபனாவிற்கும் சங்கரனுக்கும் இடையே அடியும் பிடியும் நடக்கும்.

எண்ணெ காய்ச்சும்போது எங்கேயாவது வெளியே செல்ல வேண்டியிருந்தால் கப்பள்ளியும்கூட கஸ்தூரியிடம், "பெண்ணே, எனக்கும் இத்திரிப்போல கக்கம் வெச்சிரு"ண்ணு சொல்லி விட்டுத்தான் போவார்.

பொன்னே பூவேயேண்ணு கப்பள்ளி வைத்திருந்த தெங்கம் புரேடம், கஸ்தூரியைக் கட்டிக்கொண்டபோது சீதனமாக வந்த சொத்து. கைக்கு வந்த போது பெயருக்குத்தான் அது தெங்கம் புரேடம்ணு இருந்தது. இரண்டு ஏக்கருக்குள் எண்ணி பத்தோ இருபதோ தென்னைகள் நின்றது.

அல்பீஸ், இலவு, அயினி, பலா, கொல்லா என்று எல்லா வகை மரங்களும் அந்த விளையில் கூட்டுக்கலவையாக நின்று கொண்டிருந்தது.

கல்யாணம் முடிந்த மூன்றாவது நாளிலேயே புரேடத்தை பார்க்க விளைக்குள் இறங்கி நடந்தார் கப்பள்ளி. நடந்து பத்திருபதடி கடந்த உடனேயே நெஞ்சுக்கூட்டில் ஊசிமருந்தாய் ஒரு வித பயம் பரவியது.

ஊருக்குள் செல்லும் மண்சாலையை ஒட்டியே அந்த விளை இருந்தது. கிழக்குப் பக்கம் மண்சாலையையொட்டி மேற்கு, தெற்குப் பக்கங்களில் கஸ்தூரியின் அண்ணம்மாருக்கு அவகாசப்பட்ட கண்டங்கள் இருந்தது. அதன் வடக்குப் பக்கத்தில் பத்தும் சில்லுவானமும் ஏக்கர் பரப்பளவுள்ள கண்ணங் குளம் இருந்தது. விளையில் ஒருவித சுடுகாட்டு அமைதியும், சாம்பல் இருட்டும் கவிந்து கிடந்தது.

தெங்கு

தலக்கெட்டு கெட்டியுங்கொண்டு அங்கோட்டும் இஞ்சோட்டும் பார்த்துக்கொண்டு நடந்தபோது சேற்றுக்குள் இறங்கியது போல சருகுக் குவியலில் கால்கள் புதைந்தது. மரங்களிலிருந்து ஒடிந்து விழுந்த சுள்ளிகள் செறுதும் வலுதுமாய் தாறு மாறாகக் கிடந்தது.

கால்களில் விழுந்து தெற்றி, கீரிப்பிள்ளைகள் ஓடின. விளைக்குள்ளிருந்த பறவைகள் காக்கிறி பீக்கிறியென்று வினோதக் கலவை ஒலியெழுப்பின.

உச்சிப்பகல் பன்ரெண்டு மணிக்கு விளைக்குள் நடந்து கொண்டிருந்தார் கப்பள்ளி. கொஞ்சதூரம் கடந்தபின், மேலிருந்து கிளைகள் வளைந்து காளான் குடையாய் விரிந்து, தரை முழுக்கப் படர்ந்திருந்த கொல்லா மரம் ஒன்றிற்குப் பக்கத்தில் வந்தபோது ரோமக் கால்கள் குத்திட்டது.

'யாரெயெங்கிலும் கூடக் கூட்டிக்கொண்டு வந்திருக்கிலாமாயிருந்து.,' என்று நினைத்தார்.

கொல்லா மரத்தில் வாதை குடியிருக்குமென்று கப்பள்ளிக்குத் தெரியும்.

'கல்யாணம் கழிஞ்சு கொறச்சு நாளத்தைக்கு கொல்லாந் நெழல் மேல்ல விழுந்து கூடாம்.' என்றும் தெரியும்.

விளையின் மத்தியிலிருந்த நீராழியில் தண்ணீர் நிரம்பி இருந்தது. நீக்கோலிகள் தண்ணீரில் குறுக்கும் நெடுக்குமாய் தலை நீட்டிக்கொண்டு அலைந்து கொண்டிருக்க... நீரின் விதைகளைப் போல, கடல் குச்சுகளாய் கருகருவென்று தலைப் பிறாட்டைகள் துடித்துக்கொண்டிருந்தன.

அதற்குமேல் நடக்கத்துணியாமல் கப்பள்ளி திரும்பி வந்துவிட்டார்!

அடுத்த வாரத்திலேயே மரம் வெட்ட ஆள் விளித்தார். 'அஞ்சாறு கொல்லங்கழிஞ்சா தடி நல்ல வெலைக்குப் போவும்' என்றிருந்த அயினி, பலா மரங்களை விட்டுவிட்டு மற்ற எல்லா மரங்களையும் வெட்டித்தள்ளினார். முடிந்தவரைக்கும் மரங்களையெல்லாம் வேரோடு பிழுதெடுத்தார்.

மஞ்சாலு மூட்டினின்று பத்திருபது கிலோ மீட்டருக்கு அப்பால் கேரளாவின் 'பொழியூரி'லிருக்கும் மாமன் கிறிஸ்ணங்குட்டியிடம் நல்ல ரக தென்னம் பிள்ளைகள் இருக்கிறதென்று அறிந்து, வண்டி கட்டிக்கொண்டு போய் வாரிக்கொண்டு வந்தார்.

“சோல மண்ணில தெங்கு நட்டா தேறாது ஓய்”, என்று தெரிந்தவர்களெல்லாம் சொன்னபோது கப்பள்ளி காதில் போட்டுக்கொள்ளவில்லை.

“இந்த வெளையில தெங்கு நல்லாத் தேறும்’, என்று கப்பள்ளிக்கு நம்பிக்கை இருந்தது.

வண்டி வண்டியாய் மணல் இறக்கிக் குழியில் கொட்டி, தென்னம் பிள்ளை நட்டார். வீடு வீடாகக் கிடக்கும் சாம்பக்குழியினின்று சாம்பலும், காளையோ மாடோ வைத்திருப்பவர்களின் சாணாக் குண்டிலிருந்து சாணியும், செமக்கேதுக்கு ஆள் வைத்து தென்னம் பிள்ளைகளுக்குத் தட்டிக் கொண்டிருந்தார்.

பதினஞ்சு கிலோ மீட்டர் தள்ளிய ‘கொல்லங்கோடில்’ கயிறு திரிக்க ஊற வைத்து எடுக்கும் தேங்காய் நார்க்கழிவை கொண்டு வந்து எல்லா தென்னைகளின் மூட்டிலும் பரப்பி இட்டார் – மழைத்தண்ணீர் தேங்குவதற்கென்று .

நீராழியினின்று பனை ஓலை காக்கோட்டையில் தண்ணீர் இறைத்து ஊற்றிக்கொண்டு, பகலெல்லாம் கண்ணே, மணியே என்று விளையிலேயே தவம் கிடந்தார்.

இரவு சாப்பிட்டு முடித்துவிட்டு, பொடி டப்பி எடுத்து இடது உள்ளங்கையில் மூக்குப்பொடி தட்டும் வேளைகளில் கஸ்தூரி கேட்பாள்,

“தெங்கம் புரேடத்தக் கெட்டியுங்கொண்டு, ஸ்திறீதன மாட்டா என்னெக் கொண்டு வந்தியா?”

மூக்குத்துவாரங்களில் துருத்தி அடைத்த மூக்குப்பொடி நாசியில் பரவ, “ஹச்” என்று தும்மிக்கொண்டே கஸ்தூரியை இழுத்துக் கட்டிலில் போடுவார்.

ஒரு வருடம் கழித்து சங்கரன் பிறந்தபோது தென்னம் பிள்ளைகளின் தலைகளும் தரையைவிட்டு மேலே எழும்பியது. அதற்குப் பின் ஷோபனா பிறந்து, சங்கரனுக்கு நான்கு வயதும் முடிந்தபின் ஒரு நாள் வெளுப்பாங்காலத்த தென்னைகளின் மண்டையைப் பார்த்துக்கொண்டே நடந்து கொண்டிருந்த கப்பள்ளி, விளையின் மத்தியில் நீராழிக்குப் பக்கத்தில் நின்ற தென்னையைப் பார்த்துவிட்டு “அய்யப்பா!” என்று கூவினார்.

தென்னையின் மண்டையைப் பார்த்துக்கொண்டே இறுக்கமாய் கட்டியிருந்த வேட்டியை அவிழ்த்து மறுபடியும் கட்டினார். தோளில் கிடந்த துவர்த்தெடுத்து தலக்கெட்டு கட்டினார்.

பரபரவென்றிருந்தது.

மடியினின்று பொடிடப்பி எடுத்து பிடிமண் கணக்கில் மூக்குப் பொடி போட்டார்.

அந்தத் தென்னையின் மண்டையில்,

சந்தன மஞ்சளாய்... கூம்பு வடிவத்தில்... தென்னம் பாளை ஒன்று, சாரைப் பாம்புபோல தலை நீட்டிக் கொண்டிருந்தது!

சங்கரன் வளர வளர தென்னைகளும் வளர்ந்தது. தெங்கம் புரேடத்திற்குள் வெளியார் யாரும் கால் குத்தக்கூடாதென்று விளையைச் சுற்றிலும் மண் வெட்டிப்போட்டு ஆள் உயரத்திற்கு கையேலை அடித்தார். குறிப்பாய் கண்ணங்குளத்தின் கரையில் குடியிருக்கும் பறச்சிப் பெண்கள் விளைக்குள் வந்துவிட்டால் 'ஓமுடிஞ்சு போவும்' என்பது கப்பள்ளியின் எண்ணம்.

ஒரு நாள் விளையில் நின்றுகொண்டிருந்தபோது ரோட்டில் சென்று கொண்டிருந்த தங்க நாடான் தென்னைகளை அண்ணாந்து பார்த்துக்கொண்டே கேட்டார்.

"கப்பள்ளி, இது சில்லீடு தேனா?"

கப்பள்ளிக்கு மூக்குப்பொடி நாசியிலேறியது. ஆனாலும், "ஓ", என்றார் – தங்க நாடானின் முகத்தைப் பார்க்காமலே.

தங்க நாடானை முறைத்துக் கொள்ள முடியாது. காளத் தடிபோல நாலு மக்கப் பயலுவ உண்டு.

"எக்க தெங்குவளுக்க மண்டையில நல்லீடு வெட்டுக்குத்தேனும் நாலு தேங்க விழுதில்ல. ஓமக்கு சில்லீடு வெட்டுக்கே மூட்டுக்கு ஒரு சாக்கு கிட்டுதே ஓய்!",

நாடார் கேட்டுக்கொண்டே வந்து கையேலையில் ஒரு காலைத் தூக்கி வைத்துக்கொண்டு நின்றார்.

"நாடாரு எங்கோட்டு போவுது?" – 'சோலியப் பாத்துங்கொண்டு போவியாவல', என்று சொல்வதற்குப் பதிலாய் இப்படிக் கேட்டார்.

"இந்த உச்சைக்கு எங்கோட்டு போவ? வீட்டில பெய் வல்லதும் ஆகாரம் அடிச்சுங்கொண்டு கெடந்து ஒறங்கணும்".

"எங்கி பின்ன தாமஷிச்சாத பெட்டெந்து போணும்", விரட்டாத குறையாய் சொன்னார்.

"பொடி இருக்கேது கப்பள்ளி?"

உடலில் ஒரு வித உஷ்ணம் பரவியதைக் காட்டிக்கொள்ளாமல் மடியிலிருந்து பொடிடப்பி எடுத்து விளையில் நின்று கொண்டு நீட்டினார்.

டப்பியை வாங்கி இடது உள்ளங்கையில் பொடி தட்டிக்கொண்டே நாடார் கேட்டார்.

"ஒம்ம புரேடத்தக் குடுக்குதீரா ஓய்?" கப்பள்ளிக்கு உஷ்ணம் உச்சியைப் பிளந்தது. வெறி பிடித்ததுபோலக் கத்தினார்.

"கையேலையிலேந்து காலை எடுவல"

நாடாரின் கையிலிருந்து பொடிடப்பி அதிர்ந்து விழுந்தது. உள்ளங்கையிலிருந்த மூக்குப்பொடியை காற்று அடித்துக்கொண்டு போனது.

ஊரிலேயே தங்க நாடானை முதல் முதலாய் முகத்துக்கு நேராக "பலே" என்று கூப்பிடுகிறார் கப்பள்ளி.

"யாரவல பலேண்ணு விளிச்ச?", நாடார் வலது தோளில் கிடந்த துவர்த்தெடுத்து தலக்கெட்டு கட்டினார். ஆனாலும் கையேலையிலிருந்து காலை எடுத்து விட்டார். கப்பள்ளி நின்ற நிற்பைப் பார்த்து நாடாருக்கும் கொஞ்சம் பேடி தட்டியது.

"ஒன்னாத்தாம்பல விளிச்சேன். சலம்பாத போ... இல்லெங்கி, தாயளி சங்க நெரிச்சுக் கொன்னுகளவேன்,"

கப்பள்ளி கையேலையத் தாண்டிக் குதித்து ரோட்டுக்கு வந்தார்.

"இண்ணத்த நாளு பாத்து பிச்சாத்தி எடுக்கல்ல... இரிவல கப்பள்ளி... வீட்டுக்குப் பெய்ங்கொண்டு இந்நா வாரேன்," என்று நாடார் நைசாக புறங்காலிட்டார்.

கப்பள்ளி விளையை விட்டுத் திரும்பி வீட்டுக்கு வரும்போது நாடானின் மக்கப் பயலுவளின் ஞாபகம் வந்தது. அன்று மாலையில் கஸ்தூரியையும், சங்கரனையும் ஷோபனாவையும் கூட்டிக்கொண்டு பொழியூர் மாமன் கிறிஸ்ணங்குட்டி வீட்டுக்கு ஸ்தலம் விட்டார்.

இரண்டு நாள் கழித்து ஊருக்கு வந்திறங்கியபோது முறுக்கான் கடையிலிருந்து கொண்டு மோகனன் நாயர் ஒன்றும் தெரியாதது போலக் கேட்டார்.

"கப்பள்ளி ரெண்டு நாளா இஞ்ச ஓரெடமும் இல்லியோ?"

“இல்ல ஓய்… பொழியூருக்கு பெய்ங்கொண்டு இப்பயிந்தா வாற வரத்து.”

“தங்க நாடானுக்க பயலுவ தேடிக்கொண்டு நடந்தினும். ‘எடேய் அங்க விட்டுத்தள்ளுங்காண்ணு’ நாஞ் சமானப்படுத்திவிட்டேன். என்னாங்கிலும் ஆவட்டு, கப்பள்ளிய விட்டுக்குடுக்க ஒக்கேயும்?… கப்பள்ளிக்கோட முறுக்கான் இருக்கேது?”

“இல்ல ஓய்… கடையிலேந்து வேண்டிக்கொள்ளும், நாம் பைசா குடுக்கிலாம்”

மோகனன் நாயர் இரண்டு நாளுக்கு தேவையான வெற்றிலை பாக்கெல்லாம் வாங்கிக்கொண்டார். மூக்குப் பொடி கொடுப்பதற்கு முப்பது முறை யோசிக்கும் கப்பள்ளி அன்று ஒன்றும் சொல்லவில்லை.

அந்த ஊரில் கப்பள்ளியை யாருக்கும் பிடிக்காது. ஊரின் மொழியில் “அறுத்த கைக்கு சுண்ணாம்பு வைச்சாத்த கஞ்சப் பிசிநாறி” அவர்.

ஊரின் இளம் பிராயத்து காட்டு குட்டிகளில் முக்கால் வாசிப்பேரும் கப்பள்ளி பக்கத்தில் வரும்போது, ஆள் அடையாளம் தெரியாமலிருக்க குரலை மாற்றி பெண் குரலில் ஒரு பாட்டுப் பாடுவார்கள்.

அந்தப் பாட்டை யாரோ இட்டுக்கட்டி உலவ விட்டிருக்கிறான். முடி வெட்டி, முகம் மழித்து, கக்கத்து முடியெல்லாம் வழித்துக் கொண்ட பிறகு, பைசா கொடுக்காமல், பேட்டுத் தேங்காய தெரிஞ்செடுத்துக் கொடுத்துவிட்டு, ‘ரெண்டு நாளு அரைச்சேதுக்கு காணும்பல’, என்று வழியனுப்பி வைக்கிற கோபத்தில் நாவிதன் குமரேச காவதி கிளப்பி விட்டதாகக் கூட இருக்கலாம் அந்தப் பாட்டு.

கஞ்சி கேட்கும் பிச்சைக்காரனிடம், கப்பள்ளி சட்டி நிறைய ஈரல் கேட்கிறார்.

குளிப்பதற்கென்று கப்பள்ளி குளத்திற்குள் இறங்கும்போது குளத்தின் எல்லா மூலைகளிலிருந்தும் பல குரல்களில் அந்தப் பாட்டு கேட்கும்.

“கப்பள்ளி, கப்பள்ளி கஞ்சி உண்டா?”

…கரிச்சட்டி நெறச்சு கரளு கொண்டா!”

கஞ்சி கேட்கும் பிச்சைக்காரனிடம் கப்பள்ளி சட்டி நிறைய ஈரல் கேட்கிறார்.

குளத்தில் நின்று கொண்டு கப்பள்ளி தொண்டை கிழிய பதிலுக்கு, தானக்கேடு விளிப்பார்.

ஊரிலுள்ள அம்மாமார்களையெல்லாம் நாக்கால் இழுத்துக் கொண்டு வந்து குளத்து நீரில் அசிங்கப்படுத்துவார். கடைசியில் தொண்டை வறண்டு தானக்கேடு விளியை நிறுத்திக்கொண்ட பிறகும் பல குரல்களில் அந்தப் பாட்டு தொடரும்.

கரையேறி சூரிய நமஸ்காரம் செய்யும்போதும் முதுகிற்குப் பின்னால்

"க்கூ... க்கூ...," என்று கூக்கு விளி கேட்கும்.

கழுத்தில் தலைநீர் இறங்கி, யாருக்காவது அம்மக்கட்டு போட்டுவிட்டால் மருந்தாக உரசிப்போட, யாராவது பொடிப்பய குச்சங்காய் பொறுக்க விளைக்குள் வந்தால் கூட, தொடையிடுக்கில் வேட்டியை இழுத்துச் சொருகி குத்துதார் பூட்டிக்கொண்டு விரட்டுவார்.

"கண்டவனுக்குப் பொறந்த காட்டுகுட்டி... கால வெட்டிக் களவேன்"

அவரைப் பிடிக்காத அந்த ஊரில் ஒவ்வொரு வீடுகளோடும் அவரது தெங்கம் புரேடம் ஏதோவொரு வகையில் உறவு கொண்டாடிக் கிடந்தது.

கல்யாணம் காய்ச்சி என்றால் முதலில் கப்பள்ளியிடம் தேங்காய்க்கு சொல்லிவிடுவார்கள். 'கப்பள்ளிக்க தேங்க ரெண்டு கை பிடிக்கடங்காத்த சைசில இருக்கும்.'

சடங்கு சம்பிரதாயங்களுக்கு வார்ப்பு அடுப்பிற்கு, ஓணக்க தெங்கம் மடல்...

சாவு வீடுகளில் சவத்த எரிச்சேதுக்கு தொண்டு... மழைக்காலங்களில் அடுப்பு பற்ற வைக்க சில்லாட்டையும், கொதும்பும்...

வீட்டுக்கூரைகளுக்கு மொடைச்சி ஓலை...

கிறிஸ்ணன் கோயில் திருவிழாவில், சாலையின் இருபுறத்திலும் டியூப் லைட் கட்ட ஊன்றும் கழிகளைச் சுற்றி அலங்கரிக்க பச்சை ஓலைகள்...

என்று, எல்லாம் காசுக்குத்தான்.

கஞ்சப்பிசிநாறி கப்பள்ளி, யாராவது மஞ்சக்காமாலை என்று வந்தால் மட்டும்

ஒரு குலை கருக்கு வெட்டிக்கொள்ளச் சொல்வார்.

அது கூட மகன் சங்கரனுக்கு மஞ்சநோவு வந்து, "செத்தானோ... பொழைச்சானோ" என்று கிடந்துவிட்டு தப்பி, கரையேறி வந்தபிறகு கஸ்தூரியின் நேர்ச்சையை தீர்க்க வேண்டி செய்கிற ஏற்பாடு.

அதற்கு முன்பென்றால் தேங்காய் வெட்டும்போது மட்டும் எண்ணி மூன்றே மூன்று கருக்கு வெட்டுவார். கஸ்தூரிக்கு ஒன்று... சங்கரனுக்கு ஒன்று... இன்னொன்று ஷோபனாவிற்கு.

ஒவ்வொரு ஈடும் தேங்காய் வெட்டும்போது முக்கூட்டுக்கல்லில் செக்கு வைத்திருக்கும் மதுசூதனன் கப்பள்ளிக்கு மூக்கு வேர்த்துவிடும். சொல்லி வைத்தார்போல வந்துவிடுவார். அவருக்குச் சொந்தமான டெம்போவில், குச்சங்காய்கூட மிச்சம் வைக்காமல் வாங்கிப் போட்டுக்கொண்டு போவார்.

நாராயணன் கப்பள்ளிக்கும் செக்கு வைக்க வேண்டும் என்று உள்ளுக்குள் ஒரு அபிப்ராயம் உண்டு. தேங்காய் வாங்க வரும்போதெல்லாம் மதுசூதனனிடம் கேட்பார்.

"மாட்டுத் தீற்றியும், கீற்றுக் கூலியும் போவ வல்லவுந் தேறுமா ஓய்?"

"எங்க?... மாடுவளுக்கு தீற்றி இடேக்கே பற்றல்ல...மாடுவள விற்றுங்கொண்டு செக்கையும் மதியாக்கணும்... ஒரு பெண்ணுக்கக் கல்யாணம் கூட கழியட்டு"

இப்படிச் சொல்லிச் சொல்லியே மதுசூதனன் கப்பள்ளியின் ஐந்து பெண்களுக்கும் கல்யாணம் முடிந்து விட்டது!

பணம் பிழிகிற செக்கை நிறுத்துவதற்கு மதுசூதனன் கப்பள்ளிக்கென்ன பிராந்தா பிடித்திருக்கிறது?.

ஓலைகளையெல்லாம் கையேலைக்கு வெளியே இழுத்துப் போட்டு சுலோச்சனாவிடம் மொடைச்சிக்குக் கொடுத்து விடுவார். கரிச்ச விழுந்த ஓலைகளையும், வெட்டும்போது தரையில் விழுந்து ஒடிந்த ஓலைகளையும் கூட மடல் கணக்கில் சேர்த்துக்கொள்வார்.

சுலோச்சனா குனிந்து... ஓலைகளின் கொண்டையைப் பற்றிக்கொண்டு நிமிர்ந்து...'யீய், யீய்' என்ற சத்தத்தோடு இழுத்துக்கொண்டுபோகும் போது, கப்பள்ளியின் வேட்டி முந்தியை பற்றி உருவிக்கொண்டு போவதுபோல இருக்கும்.

வீட்டிலிருக்கும் கஸ்தூரியை நினைத்துக்கொள்வார். பன்ரெண்டாம் வகுப்பில் மூன்று பாடங்களுக்கு தோற்று படிப்பை நிறுத்திய சங்கரன், இருபத்தி மூன்று வயதாகியபோது, "காளேசில படிச்சத ஒரு மேத்தப் பெண்ணுக்கப் பெறக்கேந்து நடக்குதான்", என்று கேள்விப்பட்ட உடனேயே தனது ஜாதியில் ஒரு பெண்ணைப் பார்த்து கண்ணடைச்சுத் தெறக்கேதுக்கு மின்ன கல்யாணம் நடத்தி வைத்தார்.

சங்கரனுக்கு திருமணம் முடிந்து ஆறேழு மாதம் முடிந்து விட்டிருக்கையில் ஒருநாள் மதுசூதனன் கப்பள்ளியிடமிருந்து தேங்க விற்ற ரூவய வாங்கிக்கொண்டு வரும் வழியிலேயே, முறுக்கும் மிக்சரும் வாங்கிக்கொண்டு பஸ்ஸில் வந்து இறங்கியபோது முறுக்கான்கடையில் வைத்து விஷயமறிந்தார்.

முறுக்கையும் மிக்சரையும் எறிந்துவிட்டு "எக்க பொன்னே!", என்று நெஞ்சிலடித்துக்கொண்டு வீட்டைப் பார்த்து ஓடினார்.

"நாந் நனைச்சிலாண்ணு செல்லியும் கேக்காத, எக்க துணியொக்க நாந்தேன் நனைப்பேண்ணு வையிட்டு வாக்கில வாரிக்கெட்டிக்கொண்டு போனியளே... அய்யோ, எக்க கரளே... குளிச்சோத்துத வேலையுங்கூட ஒங்களுக்கு வைச்சமாட்டேண்ணு, கொளத்தோட போனியளே!!...",

புது மருமகளின் ஒப்பாரி கப்பள்ளியின் காதைப் பிளந்தது.

தலதெறிக்க ஓடிவந்த கப்பள்ளி வீட்டு முற்றத்தில் வந்ததும் வீட்டுக்குள் போகாமல் அப்படியே நின்று விட்டார். விழுந்து விடாமலிருப்பதற்கு முற்றத்தில் வளர்ந்து நின்ற ஒரு தென்னையைப் பற்றிக்கொண்டு "ஓ" வென்று கதறினார்.

நடு வீட்டில் பொன்னிறப் பூவாய் கட்டிலில் கிடத்தியிருக்கும் கஸ்தூரியின் முகத்தை எட்டிப்பார்ப்பதற்கு அவருக்குத் தெம்பிருக்கவில்லை.

தெங்கம் புரேடத்தை தொட்டுக்கிடக்கும் கண்ணங்குளத்தில் பெண்கள் குளிக்கும் படித்துறைக்கு வலது பக்கத்தில், குளத்திற்குள்ளேயே இரண்டு ஆள் தாழ்ச்சைக்கு ஒரு குழி உண்டு.

கரை இடிந்து விழுந்தாலும் அந்த குழி நெவராமல் கிடப்பது ஒரு புதிர்.

அந்தக் குழிக்கு நேர் மேலாக குளத்தின் கரையில் ஒரு செண்பக மரம் நிற்கிறது. அந்த செண்பகமரத்தில் அவ்வப்போது யாராவது 'லெட்சிக்கு' கொடுதி கொடுப்பார்கள்.

“இவளுக்கு தலைக்கி வெளியில்லியா? ‘லெட்சி’ குளிச்சித எடத்தில வெள்ளியாழ்ச்சையும் அதுவுமா, இருட்டு விழுந்த பெறவு சாவோக்கில்லா பெய்யிருக்கிதா”, என்று யாரோ, யாரிடமோ சொல்வது கப்பள்ளிக்கு கேட்டது.

ஆனால் தென்னையைப் பற்றிக்கொண்டு நின்ற கப்பள்ளி, “தங்க நாடான் செய்வின செஞ்சிருப்பானோ?” என்றுதான் நினைத்தார்.

மறுநாள், பச்சை ஓலை பாடையில் வைத்து கஸ்தூரியை தூக்கிக்கொண்டு வரும்போது கப்பள்ளிக்கு நடக்க முடியவில்லை. சங்கரன் அவரைத் தாங்கிக்கொண்டு வந்தான்.

மாமன் மகளான கஸ்தூரி சடங்காகி ‘பச்ச ஓலத்தட்டி’ மறைப்பிற்கு பின்னாலிருந்து, மடலுக்குப் பக்கத்தில் ஓலைக்கீற்றை மொடைச்சிக்காக ஒடிச்சு குத்துகின்ற இடத்தின் சின்ன ஓட்டை வழியாய், ஒற்றைக் கண்ணை மூடித்திறந்தது, ஓர்மையாய் அவரோடு தளர்ந்து நடந்து வந்தது.

கஸ்தூரியை தூக்கிக்கொண்டு வந்தார்கள்.

வெட்டிய தேங்காய்களை பொறுக்கிப்போட்டு பூட்டுவதற்கு கண்ணங்குளத்தை ஒட்டிய தெங்கம் புரேடத்தின் வடக்கு மூலையில் கப்பள்ளி கட்டியிருந்த தேங்கா முறிக்குப் பக்கத்திலேயே குழி வெட்டப்பட்டிருந்தது.

குழியில் வைத்து தொண்டு மூடியபோது கப்பள்ளி சரிந்து விழுந்தார். தூக்கிக்கொண்டு வந்து தேங்கா முறியைத் திறந்து அதில் கிடத்தினார்கள்.

சர்வமும் முடிந்து, வீட்டிற்கு முன்னால் தென்னை ஓலை பெறை கட்டி, செத்துப் பதினாறு நாள் வரைக்கும் ஒரு நாளுந் தப்பாது, மாலை விழுந்தால் மூக்குக்கடலையும், செறுபயிறும் அவித்துக் கூம்பாரமாய் வைத்துக்கொண்டு... “காலங் கண்ணில மண்ணு தள்ளியிட்ட...” பாட்டை பாடிப்பாடி மாரிலடித்துக்கொண்டு ஒப்பாரி வைத்தார்கள்.

கஸ்தூரி அம்மைக்காக ஒப்பாரி வைப்பதற்கு பதினாறு நாள்களும், ஒரு நாளுந் தெற்றாத வந்த கப்பள்ளி பெண்களில் ஒன்றிரண்டு பேருக்கு, அவித்த மூக்குக்கடலையும் செறுபயிறும் தின்று தோலில் மினுக்கும் விழுந்தது.

பதினாறாவது நாள் சட்டியில் நெல் அவித்து, அவித்த நெல்லிற்கு மேல் இதழ் பிரியாமல் கூம்பு வடிவத்தில் இருக்கும்

பின்னி மோசஸ் 109

தெங்கம் பூவை நட்டு வைத்துக்கொண்டு, இரத்த பந்தங்கள் சுற்றியிருக்க, தெங்கம் பூவிற்கு முன்னால் கப்பள்ளியும் உட்கார்ந்து கொண்டு நெஞ்சிலடிச்சுக் கரைஞ்சார்.

துக்கம் தாளாது கரைஞ்சு கொண்டிருக்கையிலும், எதிரில் உட்கார்ந்து நெஞ்சிலடித்துக் கொண்டிருக்கும் மருமகளைப் பார்த்து பூவின் முதல் இதழ் விரிந்துவிடக் கூடுமோ என்று பயந்துகொண்டே இருந்தார்.

சுற்றி உட்கார்ந்திருப்பவர்களில் யாருக்கு கஸ்தூரியின் மீது ஸ்னேகம் கூடுதலோ, அவரைப் பார்த்துதான் தெங்கம் பூவின் முதல் இதழ் விரியும்.

பயந்தபடி நடக்கவில்லை. கப்பள்ளியைப் பார்த்துத்தான் முதல் இதழ் விரிந்தது.

சடங்கின் கடைசி வைபவமாய் கஸ்தூரியைக் கொளுத்திய இடத்தில், குழிக்கு மேலே தெங்கம் பிள்ளை நட்டார்.

கஸ்தூரி கட்டைக்குக் கால் நீட்டிய அடுத்த வருடத்தில் ஷோபனாவிற்குக் கல்யாணம் முடிந்து, திருச்சியில் கம்பெனியில் வேலை பார்க்கும் கணவனோடு போய்விட்டாள்.

அதற்கடுத்த வருட வாக்கில், உச்சத்தில் இருந்த தேங்காயின் விலையும் 'நெட்டு' பழுத்து தொழியத் தொடங்கியது.

ஊரில் கால் சென்ட், அரை சென்ட் நிலம் வைத்திருப் பவனெல்லாம் 'ரப்பர்' நடத் தொடங்கியிருந்தான். தெங்கம் புரேடத்தின் தெற்கிலும் மேற்கிலும் பொற்றை போலக் கிடந்த கண்டங்களில் மச்சின்மார் ரப்பர் நட்டு விட்டார்கள். தங்க நாடானும் கூட தெங்குவள ஒக்க முறிச்சுங்கொண்டு ரப்பர் வைத்தார்.

தெங்கம் மண்டைக்குள் விழுந்த கரிச்ச யைப் போல கப்பள்ளியின் மண்டைக்குள்ளும் வண்டு ஒன்று விழுந்து நொய் நொய் என்று குடையத் தொடங்கியது.

"நமக்கும் தெங்குவள முறிச்சுங்கொண்டு ரப்பர் வெச்சிலாமா" என்று சங்கரன் கேட்டுவிடுவானோ என்ற பயமே வண்டாக விழுந்திருந்தது.

எரைச்சியும், கொடைச்சலுமாய் மற்றொரு வண்டும் மனக் குருந்தை தின்று கொண்டிருந்தது.

கஸ்தூரியின் கட்டையோடு சேர்த்து வெந்து தணியாத காம வண்டு அது.

பாவாடையும், ஜெம்பரும் போட்ட எளம்பிராயத்து பொண்ணுங்கள பார்க்கையில் மனதிற்குள் வெண்பச்சை குருத்தோலை விரிந்தது.

லுங்கியும் துவர்த்துமாய் சுலோச்சனா எதிரில் வரும்போது வேட்டியின் முந்தியை பிடித்துக் கொள்ள வேண்டியிருந்தது.

ஒரு நாள் மதிய வாக்கில் 'வல்லதும் ஒக்க ஓர்மிச்சுங்கொண்டு வெஷமப்பட்டு' தேங்கா முறிக்கு முன்னால் துவர்த்து விரித்து படுத்துக் கிடந்தபோது குளத்தின் கரை வழியாய் சுலோச்சனா நடந்து போய்க்கொண்டிருந்தாள்.

பழுத்து விழுந்த தென்னை ஓலை ஒன்று விளைக்குள் பாதியும், கையேலைக்கு வெளியே பாதியுமாய் நீட்டிக்கொண்டு கிடந்தது. கப்பள்ளியின் குணம் தெரியுமென்றாலும், படுத்திருப்பவரைப் பார்த்து சுலோச்சனா சும்மாவே கேட்டாள்.

"கப்பள்ளி, இந்த ஒரு ஓலையும் நான் எடுத்துக் கொள்ளட்டா ?"

"வேணுமெங்கி எடுத்துக்க", என்றார் படுத்துக்கொண்டே. "ஆ... இண்ணு பின்ன மழ நிக்காத பெய்யும்", என்று சொல்லிக்கொண்டே சுலோச்சனா நின்றாள்.

இடுப்பில் சொருகிருந்த துவர்த்து, ஜாக்கெட்டுக்கு மத்தியில் தென்னஞ் சில்லாட்டை போல் சுருங்கி தோளில் கிடந்தது. வந்தவள், ஒலையில் கை வைக்குமுன் சந்தேகத்தோடு கேட்டாள், "கப்பள்ளி சும்மாளா செல்லிச்சு ?"

"இல்ல பெண்ணே... உள்ளது"

குனிந்து... சுலோச்சனா ஓலையை வெளியே இழுத்தபோது, துவர்த்து தோளிலிருந்து நழுவி இறங்கி,இடுப்பிற்கும் காலிற்குமாய் தொங்கியது. கப்பள்ளியின் கண்களில் தென்னம் பாளை விரிந்தது.

"அரச்சேதுக்கு தேங்க வேணேயும்?" கப்பள்ளி கேட்டார்.

"ஒரெண்ணம் தந்துதெங்கி கொள்ளாமாயிருந்து."

"முறியில கெடக்கிது... வேணுமெங்கி வந்து எடுத்துக்கோ"

நம்ப முடியாமல் ஒரு கணம் திகைத்த சுலோச்சனா சுற்றும்முற்றும் பார்த்துவிட்டு கையேலையைத் தாண்டி விளைக்குள் வந்தாள்.

கப்பள்ளியின் கண்ணெதிரிலேயே கையேலையைத் தாண்டும் முதல் பறச்சி.

எழும்பி வந்து முறியைத் திறந்துவிட்டு,

"இஞ்ச உள்ள வந்து எடு", என்றார்.

சுலோச்சனா முறிக்குள் வந்தாள். ஆளுயரத்திற்கும் மேலாக தேங்காய்கள் குவிந்து கிடந்தது.

"பெண்ணே... அங்க மேலந்து எடு", என்றார் ஒரு வித பரபரப்போடு.

சுலோச்சனா திரும்பி ... குதிகாலைத் தூக்கிக்கொண்டு... தலைக்கும் மேலாக குவிந்திருந்த தேங்காய்களினின்று ஒன்றை எடுத்தபோது பின்புறமாய் தட்டினார்.

"ச்சு... கைய வச்சுங்கொண்டு சும்மா இருக்கணும்" சிணுங்கலாய் அதட்டினாள்.

"நல்ல பழவடந் தேங்கதேன்", சொல்லிக்கொண்டே கப்பள்ளி முறிக் கதவைப் பூட்டினார்.

"சளேர்" என்று முறியின் கூரையில் ஓலை ஒன்று வந்து விழுந்தபோது, தரையில் உடல் அதிர கப்பள்ளி சுலோச்சனாவிடமிருந்து விலகினார்.

கப்பள்ளியின் உடலில் வியர்வைப் பெருக்கு அதில் சுலோச்சனாவின் வியர்வையும் கலந்திருந்தது.

சுலோச்சனா எழும்பி, தரையில் கிடந்த லுங்கியை எடுத்து உதறிக்கொண்டே சொன்னாள், "கப்பள்ளிப் பயில்வானுக்கச் சாமர்த்தியம் கண்டாச்சு!"

கப்பள்ளி பெருமூச்சிழுத்துவிட்டபோது, முடைச்சிக்காக குட்டையில் ஊற வைத்து எடுக்கும் தென்னை ஓலையின் வாடை சுலோச்சனாவின் லுங்கியிலிருந்து கிளம்பி நுரையீரலுக்குள் நுழைந்தது.

முகத்தை திருப்பிக்கொண்டு கேட்டார், "பெண்ணே இந்த லுங்கிய நனைச்சு உடுக்கப்பிடாதா?"

"ஓ... இத்திர நேரமும் இல்லாத, இப்பளா நாற்றம் அடிச்சிது?" கேட்டுக்கொண்டு வேண்டுமென்றே லுங்கியை அவரது முகத்துக்கு நேராக இன்னொரு முறை உதறி உடுத்தாள்.

இரண்டு தேங்காய்களை எடுத்துக்கொண்டு, சின்னக் கட்டாய் கட்டிப்போட்டிருந்த சில்லாட்டைக் கட்டையும் அடுப்பு பற்ற வைக்கவென்று தூக்கிக்கொண்டு சுலோச்சனா போனாள்.

அவளது கரு கருத்த, இரண்டு கைமாறு அளவுள்ள நீளத் தலை முடியொன்று கப்பள்ளியின் மார்பு ரோமத்தில் சிக்கி வளைந்து, நீண்டு கிடந்தது.

முறியை விட்டு இரண்டு மூன்று தென்னைகள் தாண்டி, கஸ்தூரியை கொளுத்திய இடத்தில் நட்ட தென்னையிலிருந்து காகம் ஒன்று "குர்ர்...குர்ர்" என்று குறுவிக் கொண்டிருந்தது – சாவு வீட்டின் சங்கூதுதல் போல.

படபடப்போடு வெளியே வந்து வேட்டியை உதறிக் கட்டினார். சூறைக்காற்று சுழன்றடிக்க, தலைவிரி கோலமாய் கஸ்தூரி பேயாட்டம் ஆடிக்கொண்டிருந்தாள்.

அன்று இரவு சாப்பிட வந்து உட்கார்ந்தபோது அடுக்களையிலிருந்து அவருக்குப் பிடித்த சூர மீன் பொரிக்கும் வாசம் வந்து கொண்டிருந்தது.

வழக்கமே இல்லாமல் சங்கரன் அவருக்கு தட்டில் சாப்பாடு எடுத்துக்கொண்டு வந்தான்.

"என்னத்தையோ வில்லங்கந்தேன்," என்று நினைத்துக் கொண்டார். இன்னொரு தட்டில் சாப்பாடு எடுத்துக்கொண்டு வந்து சங்கரனும் அவருக்கு எதிரில் சம்மணம் போட்டு உட்கார்ந்தான்.

"எட்டணைக்குப் பத்து சாளையெண்ணு தேங்க வெல மலிஞ்சு நாறுது" , சோற்றைப் பிசைந்தபடி முணுமுணுத்தான்.

அடுக்களையைப் பார்த்து மனைவியை கூப்பிட்டான்,

"ண்ணே..."

"ஆங்", சூர மீன் வாசத்தோடு, தோய்ந்து வந்தது அவளது அனக்கம்.

"அப்பனுக்குப் பொரிச்ச மீனு குடு."

"பறக்காதீங்கா... ந்நா எடுத்தாச்சு."

அவள் பொரிச்ச மீனைக் கொண்டு வந்து இருவரது தட்டிலும் வைத்தாள்.

பொரிச்ச மீனைப் பிய்த்து வாயில் போட்டுக்கொண்டு சங்கரன் சொன்னான், "ரப்பருக்க வெலையக் கண்டுதா... ஒரோ தெவசமும் ஒந்நும் ரெண்டும் ரூவா ஏறுது!"

கப்பள்ளியின் வாய்க்குள் கிடந்த மீன் முள், தொண்டையைக் கிழித்தது.

“மாமம்மாரு கூட ரப்பர் நட்டாச்சு. இங்ஙினோடி உள்ளதில நமக்க கண்டம் மட்டுந்தேன் பாக்கி.”

உள் நாக்கிற்கு அடியில் உள்ளேயும் போகாமல் வெளியேயும் வராமல் குத்திக்கொண்டிருந்த முள்ளை எடுக்க, கப்பள்ளி “க்காக்... க்காக்”, என்று காறினார்.

“ண்ணே... அப்பனுக்கு கஞ்சி வெள்ளம் குடு.”

சங்கரனின் மனைவி செம்பில் கஞ்சி வெள்ளம் எடுத்துக்கொண்டு வந்தாள்.

“என்னத்துக்கு இந்த தெங்குவள வச்சுங்கொண்டு சீவன களையணும்? சவத்துவள முறிச்சுங்கொண்டு நமக்க கண்டத்திலயும், ரப்பர் வச்சிலாம்,” படபடவென்று சொல்லிவிட்டு ஒரு கவளத்தை உருட்டி வாய்க்குள் போட்டான்.

மருமகளிடமிருந்து வெள்ளத்தை வாங்கி மடக்மடக்கென்று குடித்து, குரல்வளையில் சிக்கியிருந்த முள்ளை குடலுக்குத் தள்ளிவிட்டவர், அதே வேகத்திலேயே முன்னாலிருந்த சாப்பாட்டுத் தட்டையும் தள்ளிவிட்டார்.

இடது கையில் பிடித்திருந்த செம்பை வீசி எறிந்தார். செம்பு அறையின் மூலையில் சென்று விழுந்து “ணங்...ணங்,” என்று துள்ளிக் கொண்டு எஞ்சியிருந்த வெள்ளத்தையும் சிந்திக்கொண்டு உருண்டது.

“என்னக் கொன்னுங்கொண்டு ரப்பரோ, கள்ளியோ வை”, சங்கரனின் முகத்துக்கு நேராய் கத்திக்கொண்டு எழும்பிப் போனார்.

இரவு, கட்டிலில் படுத்துக்கிடந்த கப்பள்ளி எழும்பி உட்காருவதும் மூக்குப்பொடி போடுவதுமாய் இருந்தார். ஜன்னல் திண்டில் சிம்மினி விளக்கொன்று கரிப்புகையை சுழல விட்டபடி எரிந்துகொண்டிருந்தது.

விளக்கு வெளிச்சத்தில் கூரையை பார்த்தார். ஓடுகளைத் தாங்கி நின்ற, பனந்தடியால் செய்த கழிக்கோலும், பட்டியலும் பாலீஸ் செய்த சலவைக்கல் போல பளபளத்துக் கொண்டிருந்தது.

கேரளத்து ஆசாரிகளால் பூங்கொத்து போட்ட முற்றிய பனந்தடியாலான நீள உத்திரம் உளுப்பம் விழுந்து, முறிஞ்சு தாழும் அச்சமூட்டும் சத்தம் கப்பள்ளிக்கு மட்டும் கேட்டது.

மறு நாளிலிருந்து வீட்டில் சாப்பிடுவதை நிறுத்திக்கொண்டார்.

ஒணக்கையனின் கடையிலிருந்து வல்லப்பழும் ஒருக்கா சாயையோ, வெள்ளமோ குடித்தறிந்த கப்பள்ளி பிட்டோ, தோசையோ தின்னத் தொடங்கினார்.

ஒரு வாரம் கடந்துவிட்டிருக்கையில் ஒரு நாள் காலையில் ஆப்பம் தின்று கொண்டிருந்தபோது மோகனன் நாயர் வந்தார்.

“கப்பள்ளி வீட்டில தீற்றி ஒண்ணும் இல்லியோ?”

“இல்லாத பின்ன? இண்ணு காலத்தய்க்கு காப்பிக்கு ஒண்ணும் இடாத்ததுகொண்டு இஞ்சோட்டு கேறினேன்.”

“என்னத்துக்கு ஓய் இந்த கள்ள நொணையக்க? எக்கு ஒண்ணும் அறிஞ்சு கூடாமெண்ணா இந்த ஒளிச்சலும் பதுங்கலும்? சங்கரம் பிள்ள சென்னான்... வீட்டில ஆகாரம் ஒண்ணும் அடிப்பில்லேண்ணு.”

“எடேய், வெள்ளங் கொறச்ச ஒரு சாய கொண்டா”, ஒணக்கையனை பார்த்துச் சொல்லிவிட்டு நாயர் தொடர்ந்தார்,

“இங்ஙினோடி தெங்கு, தெங்கிண்ணு கெட்டிப் பிடிச்சுங்கொண்டு கெடக்கேது நீரு மட்டுந்தேன் ஓய். இப்பளே ரப்பர் கிலோய்க்கு நாப்பத்தேழு ரூவா விக்கச்சில சங்கரம் பிள்ள செல்லேதில இல்லா ஓய் ஞாயம் இருக்கு?”

“நீரு மந்து காலனுக்கோட பற்று வச்சு, பட்டை அடிச்சுக் கூட்டிவிட்டிருந்த பைசா ஒக்க சங்கரம் பய குடுத்தானோ?” கப்பள்ளி திருப்பிக் கேட்டார்.

வெளுத்த முகம் கறுப்பதை மறைக்க நாயர் இளித்துச் சமாளித்தார்.

“ச்சே... ஒம்மாணை ஓய், சங்கரம் பிள்ளைக்கோடந்து நையா பைசா வேண்டல்ல... உள்ள காரியத்தச் சென்னேன்.”

“தெங்குவளப் பற்றி ஒமக்கு என்ன ஓய் அறியிலாம்? பிள்ளேண்ணு செல்லேது தெங்குவள மட்டுந்தேன் ஓய். நாப்பதும் அம்பதும் அடி பொக்கத்தில நிக்கித தேங்க, பழுத்தாலும், தொழிஞ்சாலும் யாருக்கெங்கிலும் தலையில விழுந்துதிண்ணு நீரு கேட்டுட்டுண்டா? ‘மக்க பத்து பெற்றாலும் மலடு; வச்ச தெங்கு வளந்தா பொன்னு,’ சாயய்க்க பைசா வேணுமெங்கி நாங் குடுக்கிலாம்... கடப்பாரைய இஞ்ச எறக்காதியும்... வேற எங்கேங்கிலும் வெள்ளம் கிட்டுத எடத்தில தோண்டும்”. பொருமித் தள்ளிக்கொண்டு கப்பள்ளி இலையைச் சுருட்டினார்.

மூன்று வாரம் பொறுத்து கப்பள்ளிக்கு ஷோபனாவிடமிருந்து ஒரு கடிதம் வந்தது. அன்று வெள்ளிக்கிழமை. வழக்கம்போல் கடிதத்தை சங்கரன் படித்துவிட்டு கப்பள்ளியிடம் கொடுத்தான். எழுத்துக் கூட்டி கடிதத்தை படித்துவிட்டு பெருமூச்செறிந்து கொண்டு சாய்வு நாற்காலியில் காலைத் தூக்கி வைத்துகொண்டு ஆடாமல் அசையாமல் கிடந்தார்.

அவரது பார்வையில் படும்படுயாய் சங்கரன் வீட்டிற்குள்ளும் வெளியேயும் போவதும் வருவதுமாய் இருந்தான்.

நீண்ட கடிதத்தின் சுருக்கம் இது...

"காலம் மாறும்பம் நம்மளும் மாறணும். இன்னும் எத்திர கொல்லம் அப்பா அந்த தெங்கம் புரேடத்தக் கெட்டி ஆளும்? இண்ணல்லங்கி நாள, அது சங்கரனுக்கக் கைக்குதேன போவும்? அதுகொண்டு, அவன் அதில ரப்பரோ, மிருக்கோ நடட்டு. அப்பா இன்னி கொறச்சு நாளத்தைக்கு அங்க இருக்கண்டாம்... இஞ்ச வரணும். எனக்கும் கொறச்சு மூச்செடுப்பா இருக்கும்".

"குடிச்சேதுக்கு வெள்ளம் வேணேயும்", என்று சங்கரன் வந்து கேட்டபோது சொன்னார்,

"வாற திங்களாழ்ச்ச நாம் பெண்ணுக்க வீட்டுக்குப் போறேன். வெளையில நீ என்ன பெலவழியெங்கிலும் வெட்டிச் சாரு"

சங்கரன் கப்பள்ளி ஊரைவிட்டுக் கிளம்பும் வரை கூட பொறுத்திருக்க முடியாமல் அதற்கடுத்த நாளே தெங்கு முறிச்ச ஆள் விளிச்சான்.

அதற்கடுத்த நாள் ஞாயிற்றுக்கிழமை காலையில் கப்பள்ளி வழக்கம்போல விளைக்கு வந்தபோது தெற்குப்பக்கத்தில் விளையின் தலக்கையில் சங்கரன் நின்றிருந்தான்.

மரம் வெட்ட வந்திருந்த மூன்று பேரும் சங்கரனோடு பேசிக்கொண்டே துணி மாற்றிக்கொண்டிருந்தார்கள். அவர்களது சட்டையும் வேட்டியும் கையேலையில் வளர்ந்து நின்ற முள்மரமான மிருக்கில் தொங்கிக்கொண்டிருந்தது.

சாணம் பிடித்த ஈய நிறக் கொடுவாயுடன் கோடாரிகள் கையேலையில் சார்த்தி வைக்கப்பட்டிருந்தது. கைக்கோடாரிகளும், வெட்டுக்கத்தியும், சுருட்டிய வடமும் கையேலையின் மீது.

கப்பள்ளியை கவனியாத சங்கரன் அவர்களிடம் சொன்னான், "பெட்டெந்து தொடங்குங்கா"

அதற்குள் சங்கதி பரவி, ஒன்றும் இரண்டுமாய் வரத் தொடங்கிய பொடிக்குட்டிகள் கையேலைக்கு வெளியே கூடத் தொடங்கினார்கள் தென்னையின் மண்டையை பிளந்து குருந்து தின்பதற்கு! கையேலையின் மீது குத்த வைத்துக்கொண்டு உட்கார்ந்த கப்பள்ளியிடம் சங்கரன் சொன்னான்.

"அப்பன் என்னத்துக்கு இஞ்ச இருக்கிது? எழிச்சு வீட்டுக்குப் போணும்."

கப்பள்ளி பதில் சொல்லாமல் அண்ணாந்து பார்த்துக்கொண்டிருந்தார். கைக்கோடாரியோடும், வெட்டுக் கத்தியோடும் கண்டத்தில் நிற்கும் முதல் தென்னையில் ஒருவன் ஏறிக்கொண்டிருந்தான். இடுப்பில் இறுகக் கட்டியிருந்த துவர்த்தில் கைக்கோடாரி சொருகப்பட்டு, வெட்டுக்கத்தி தொங்கிக் கொண்டிருந்தது.

கையோடு எடுத்துக்கொண்டு ஏறிய ஒரு இரண்டடி நீளக் கம்பை மண்டைக்குப் பத்துப் பனிரெண்டு அடிக்குக் கீழே தெங்கின் கழுத்தடியில் குறுக்காக வைத்துக் கட்டினான். தென்னைகள் அடுத்தடுத்து வளர்ந்து நின்றதால் மேலே வடம் கட்டி, அடி மூட்டில் வைத்து வெட்டி ஒரே தடியாக முறித்துப் போடுவது கடினம். எனவே கழுத்துப் பகுதி வரை வெட்டிக் கீழே போட்டுவிட்டு, அடுத்து மூட்டில் வெட்டலாம் என்ற ஏற்பாடு.

அவன் தெங்கின் தலையில் ஏறி இருந்துங்கொண்டு, இடுப்பில் தொங்கிக்கொண்டிருந்த வெட்டுக்கத்தி எடுத்து ஓலைகளையும், தேங்காய்களையும், கிலாஞ்சிகளையும் அரக்கித் தள்ளினான்.

பாசிச்சரம் போல அடர்த்தியாய் குச்சங்காய் பிடித்திருந்த கிலாஞ்சி ஒன்று, வெட்டுப்பட்டு கப்பள்ளிக்கு முன்னால் வந்து விழுந்தது. ஆறு மாசச் சூலியின் வயிற்றைக் கிழித்து வெளியே இழுத்துப்போட்ட கர்ப்பக்குடமும், இரத்தக்குடலும் போல அது தரையில் விழுந்து புரண்டு சிதறியது!

தலையிலிருந்து கீழே இறங்கி குறுக்காக வைத்து கட்டப்பட்ட கம்பில் வாகாய் நின்று கொண்டு, இன்னொருவன் கீழே இருந்து எறிந்து கொடுத்த வடத்தின் முனையைப் பற்றி அதை தெங்கின் கழுத்தில் வைத்துக் கட்டினான்.

இடுப்பில் சொருகியிருந்த கைக்கோடாரியை உருவினான். "சக்" கென்று விழுந்த கை கோடாரியின் முதல் வெட்டு கையேலையிலிருந்த கப்பள்ளியின் நெஞ்சில் விழுந்தது!

கண்ணிலிருந்து துளிர்த்துத் தெறித்த வெள்ளை சோரையை துவர்த்தால் துடைத்துக்கொண்டு, தலையைக் கவிழ்த்துக்கொண்டு, கையில் கிடைத்த ஒரு துண்டுச் சுள்ளியை வைத்து எதற்கென்று தெரியாமல் கையேலையின் மண்ணை குத்திக் கிளறிக் கொண்டிருந்தார்.

கைக்கோடாரியின் வெட்டு, "சக்... சக்" கென்று நெஞ்சில் விழுந்து கொண்டிருந்தது.

முக்காவாசி கழுத்தை வெட்டி, நுணுக்கில் வைத்துவிட்டு, வெட்டிக் கொண்டிருந்தவன் கீழே இறங்கினான். சங்கரனும் மரம் வெட்டுபவர்களும் சேர்ந்து கீழே நின்று கொண்டு வடத்தின் மறுமுனையைப் பற்றி இழுத்தார்கள். முன்னும் பின்னுமாய் ஆடினாலும் அது முறியவில்லை.

"என்னக் கொல்லாதீங்கா" என்று அது கதறுவது கப்பள்ளியின் காதில் விழுந்தது.

வடத்தைப் பற்றியிருந்த சங்கரன் சொன்னான், "அப்பன் அங்கினேந்து எழிச்சு மாறியிருக்கணும்."

கப்பள்ளி எழும்பாமல் அங்கேயே உட்கார்ந்திருந்தார். பலம் முழுவதும் திரட்டி நால்வருமாய் சேர்ந்து வடத்தைப் பற்றி இழுத்தபோது வெட்டுப்பட்டிருந்த கழுத்து "க்கர்ரேக்" என்ற பெருஞ் சத்தத்தோடு முறிந்தது!

கணக்கு கூட்டினபடி அது முன்புறமாய் சரியாமல், பக்கவாட்டில் சரிந்து... இன்னொரு தென்னையில் விழுந்து துடித்து... கையேலையில் உட்கார்ந்திருந்த கப்பள்ளியின் தலைக்கு நேராக... கொலைக்கூம்பு போல குத்தென்று வந்தது.

"எக்காப்போ...!' என்று அலறிக்கொண்டு கையேலையிலிருந்து தாவி விளைக்குள் சாடினார். எள்ளுப்போலவும் பிசகாமல், அந்த தலையும் கழுத்தும் கப்பள்ளி உட்கார்ந்திருந்த கையேலைப் பகுதியை உடைத்துக்கொண்டு "சொதக்"கென்று விழுந்தது.

வெட்டப்பட்டு விழுந்து கிடக்கிற தெங்கை பார்க்கத் துணியாமல், "எனக்க கஸ்தூரிய வெட்டிக்களையாதடே" என்று குமுறியவராய் துவர்த்தை வாயில் திணித்துத் திரும்பிக்கொண்டு விளைக்குள் நடந்தார். கஸ்தூரியைக் கொளுத்திய இடத்திற்கு வந்து, அவளது நெஞ்சில் வளர்ந்து பெருத்த தென்னையைப் பற்றிக்கொண்டு கொஞ்ச நேரம் நின்றுவிட்டுத் திரும்பியபோது, முதல் பிள்ளை மூடோடு விழுந்து கிடந்தது.

மரம் வெட்டுகிற இன்னொருவன் வேலை வெறியோடு கோடாரியை இறக்க, அதன் தலை இரண்டாகப் பிளந்தது. பொடிக்குட்டிகள் ஒருவனை ஒருவன் பிடித்துத் தள்ளியபடி மண்டைக்குள்ளிருந்து தலைச்சோறை கைவிட்டு வாரிக் கொண்டார்கள்.

“இத்திரிப்போலம் மூட்டுக் குருத்து கொண்டால... லேய்” என்று ஒருவன் இன்னொருவனிடம் கெஞ்சினான்.

தள்ளும் உந்தும் வச்சதில், அந்த தென்னையின் தலைச்சோறு, விளைக்குள்ளும், கையேலையிலும், ரோட்டிலுமாய் பனித் துண்டுகளாக சிதறி உருண்டது.

நேராக வீட்டிற்கு வந்தவர், மருமகளிடம்கூட ஒண்ணுஞ் செல்லாத கொள்ளாத, வேட்டியையும் சட்டையையும் எடுத்து ஒரு பைக்குள் சொருகிக்கொண்டு வீட்டை விட்டுக் கிளமபினார்.

அதற்குப் பிறகு காலில் பைதா கட்டிக்கொண்டு ஓடிப்போன எட்டு வருடங்களில் சொந்தக்காரர்களின் வீடுகளில் ஒருபாடு விஷேசங்களெல்லாம் நடந்தபோதும் ஊர் பக்கம் எட்டிப்பார்க்கவில்லை. வருடத்திற்கு இரண்டு மூன்று பிறாஸ்யம் ஷோபனா ஊருக்கு வரும்போதும்,

“நான் உள்ள வெள்ளத்தக் காய்ச்சிக் குடிச்சுக்கொண்டு இங்ஙின கெடக்குதேன்... நீ பெய்க்கொண்டு வா” என்று சொல்லி திருச்சியிலேயே முடங்கிவிட்டார்.

மூன்று வருடத்திற்கு முன்னால் ஷோபனாவின் மாமியார் இறந்துவிட்டார் என்று தந்தி வந்தபோது மாப்பிள்ளையின் பொல்லாப்புக்கு ஆளாவதை தவிர்ப்பதற்காக அவர்களோடு சேர்ந்து ஊருக்கு வரவேண்டியதாயிற்று.

காரியம் ஒக்க முடிஞ்ச பிறகு மறுநாள் காலையில் வீட்டிற்குக்கூட போகாமல் நேராக தெங்கம் புரேடத்துக்கு வந்தார்.

தெங்கம் புரேடம் ரப்பர் தோட்டமாகியிருந்தது! கையேலைக்குப் பதிலாய் முள்வேலி முளைத்திருந்தது!

விளையின் தென்கிழக்கு மூலையில் ரோட்டுப் பக்கமாய் இருந்த கள்ளிப் பலகையால் செய்த வாசல்கதவைத் தள்ளிக்கொண்டு விளைக்குள் இறங்கினார்.

குச்சங்காய்கள் தட்டுப்பட்ட இடத்தில் ரப்பர் காயொன்று மிதிபட்டு நொறுங்கியது. கப்பள்ளியின் காலடியில் ரப்பர்

சருகுகளின் எலும்புகள் முறிந்தது. அந்த சத்தத்தினின்று பிறப்பெடுத்த வண்டு ஒன்று "ரீ... ரீ..." என்று தேகம் முழுக்க ரத்த நாளங்களில் ஓடியது.

ரப்பர் மரங்களெல்லாம் பெரிதாக வளர்ந்திருந்தது. நூல் கட்டி வளர்த்தது போல வரிசையாக வளர்ந்து, லேசாக கிழக்குப் பக்கமாய் தலைசாய்த்துக்கொண்டு எல்லா மரங்களும் நின்றது. ஒரு வரிசைக்கும் இன்னொரு வரிசைக்கும் இடைப்பட்ட பாத்திப் பகுதியில் நின்றுகொண்டு பார்த்தபோது வடகிழக்கு மூலையில் ஒற்றை மரமாய் கஸ்தூரியின் நெஞ்சில் நிற்கும் தென்னையும், தேங்கா முறியும் தெள்ளென்று தெரிந்தது.

உச்சி வகிடு எடுத்தது போல ரப்பர் பட்டைகள் அழகாக வெட்டப்பட்டிருந்தது. கஸ்தூரியின் இடுப்புச் சுருக்கிலிருந்து பூக்கும் வியர்வைத்துளி போல, செதுக்கப்பட்ட இடத்திலிருந்து பால் துளிர்த்து, வகிடின் அடிப்பகுதியில் மரத்தில் சொருகியிருக்கும் பாத்தி வடிவ சின்ன தகடு சில்லில் விழுந்து, அதற்குக் கீழே கட்டியிருந்த கம்பி வளையம் தாங்கியிருந்த 'தேங்காய்' சிரட்டைகளில் துளித்துளியாய் உதிர்ந்து கொண்டிருந்தது.

எல்லா மரத்தடியிலும் கள் கலயம் போல பெரிய பெரிய சிரட்டைகள் இருந்தது.

'சம்மனசின் மனசைப் போல, வெண் நுரையாய் தேங்காய் இருந்த சிரட்டைகளில், வெளீரென்று வழிந்து நிரம்பும் ரப்பர் பால்!

ஆன்மாவை துருவிச் சுரண்டிய பிறகு மனக்குகைகளில் தேங்கி நிரம்பும் வேதாந்தங்கள்!'

தன்னைமறந்து சின்னதாய் சிரித்துவிட்டு வடக்குப் பக்கமாய் நடந்தார்.

நெட்டென்று வளர்ந்து நின்ற கஸ்தூரிக்குப் பக்கத்தில் கொஞ்ச நேரம் நின்றுவிட்டு தேங்கா முறிக்கு வந்தார். கதவு திறந்தே இருந்தது. திறந்திருந்த முறிக்குள் ரப்பர் சீட் அடிக்கும் புத்தம் புதிய மெஷின் ஒன்று காலைக் கவச்சுப் போட்டுங்கொண்டு உட்கார்ந்திருந்தது.

"இன்னி பின்ன கோடி கொல்லமானாலும், இது எக்க எடந்தேன்" என்று உறுமி, அது நெஞ்சம் பலவைய விரிச்சுக் காட்டியது!

தேங்கா முறிக்குள் செத்தழுகிய பிரேதமாய் ரப்பர் பாலின் வாடை! முறியின் ஏதாவது ஒரு மூலையில் தேங்காயின் வாசம் ஒளிந்திருக்குமென்று கருதி நன்றாக மூச்சிழுத்துப் பார்த்தார்.

"பச்" என்று உதடு நெளித்தார்.

சுலோச்சனாவின் லுங்கியினின்று வரும் தென்னை ஓலையின் வாடை கூட இல்லை.

வீட்டிற்கு வந்தபோது, வடக்குப்புறத்து அசைகளில் வெள்ளைத் துவர்த்து போல வரிசையாய் ரப்பர்ஷீட் வெயிலில் ஒணங்கிக்கொண்டிருந்தது.

அடுக்களையில், அடுப்புக்கு மேலே இருக்கும் வெறகுத்தட்டில் ஒணங்கிய ரப்பர் ஷீட்டுகள் கட்டிப் போடப்பட்டிருந்தது.

ரப்பரை வெட்டிவிட்ட பகுதியில் முந்தின நாளில் உறைந்து, மறுநாள் உரித்தெடுக்கும் ஒட்டுக்கரைகள், வீடு முழுக்க குட்டிப் பாம்புகளாகவும், பூரான்களாகவும் ஊர்ந்து திரிவதுபோல பிரேமை தட்டியது.

மதியம் சாப்பிட்டுக் கொண்டிருக்கும்போது சங்கரன் கேட்டான், "அப்பன் ரப்பர் தோட்டத்துக்குப் போச்சுதா?"

"காலத்த வரும்பளே பெய்க்கொண்டுதேன் வந்தேன்".

"கொள்ளாமா?"

"அய்யாமெண்ணு நாஞ் செல்லஞ்சேன்?" அதைக் குறித்து பேச்சு வளர்வதில் கப்பள்ளிக்கு விருப்பமில்லை. பெருந் தவறு புரிந்ததுபோல் மனதிற்குள் கூச்சப் பெருஅட்டை ஒன்று நெளிந்து கொண்டிருந்தது.

"ஒட்டுக்கரை விக்கித பைசயில வீட்டுச் செலவொக்க நடக்கும். தெவசமும் கொறையாத இருவத்திரண்டு கிலோ ஷீட்டு கிட்டும். ஷீட் இப்பம் கிலோய்க்கு அறுபத்தஞ்சு ரூவா!"

"பைச வல்லவும் பேங்கில உண்டா?"

"வடக்க, காரோட்டில ஒரு ஒண்ணேகால் ஏக்கர் பால் வெட்டுத கண்டம் விக்கேதுக்கு கெடக்கு. நல்லா பால் கிட்டுத மரங்கா... அட்வான்சு குடுத்தாச்சு, அடுத்த மாசம் எடவாடு".

"வில்லேஜ் ஆபீசில பெய் சிட்டா அடங்கலொக்க எடுத்துப் பாத்துங்கொண்டு வேண்டு... வல்லவும் வில்லங்கம் உண்டெங்கி மெனையாவும்".

“தனிப் பட்டயம் உள்ள கண்டடந்தேன், ஒரு கொழப்பவும் இல்ல... அப்பன் இன்னி ஷோவனய்க்க வீட்டுக்குப் போவண்டாம். இஞ்ச நிக்கணும்.”

“ஷோவனய்க்க பிள்ளிய ரெண்டும் நான் இல்லங்கி உயிரக் களையும்... மாப்பிள்ளையும் வல்லவும், தெற்றாட்டு நெனப்பாரு. அது கொண்டு அவிய போவும்பம் நானும் அங்கோட்டு போறேன். கொறச்சு நாளு கழிஞ்சு இஞ்சோட்டு வல்லாம்”, சொல்லி முடிக்கும்போது மனசு அவிந்து கரிந்தது.

“கண்ணடைச்சித காலத்தில சொந்த வீட்டில நின்னாக் கொள்ளாமாயிருந்து”, என்ற நினைப்பில் தோன்றிய பதைபதைப்பைத் தணிக்க செம்பிலிருந்த கஞ்சி வெள்ளம் எடுத்து மடக் மடக்கென்று குடித்தார்.

பதினாறு காரியங்களெல்லாம் முடிந்தபிறகு ஷோபனாவோடு கிளம்பியவர் மூன்று வருடத்திற்குப் பிறகு மறுபடி இப்போதுதான் வருகிறார்.

உத்திரங்கோடு முக்கினின்று பேருந்து இடதுபுறமாய் திரும்பியபோது சுலோச்சனா திரும்பிக் கேட்டாள், “ கப்பள்ளி என்னாக்கும் நெனச்சுங்கொண்டு வருது?”

இருக்கையின் விளிம்புவரை நழுவி, முன்புறம் வளைந்து மடிந்த வாகில் உட்கார்ந்திருந்தவர் முன் இருக்கையின் கம்பியைப் பிடித்துக் கொண்டு நிமிர்ந்து உட்கார்ந்தார்.

“பண்டத்த காரியம் ஒக்க ஓர்மிச்சாத இருக்கப் பற்றேயும்?” என்று சுலோச்சனாவைப் பார்த்துக் கேட்டார்.

‘பண்டத்த காரியம்’, என்று சொன்னதும் கப்பள்ளியின் கையேலையைத் தாண்டிய நாளை சுலோச்சனா நினைத்துக் கொண்டாள். கறுத்த முகத்தில் ஒரு நுரைப்பு படர்ந்தது. பாலில் விழுந்த கருந் திராட்சையாய் விழிகள் குதித்தது.

பார்வையில் பழங் கள்ளின் வீச்சம்.

“கப்பள்ளிய இண்ணு வெளையில காணுமோ?” அவள் இயல்பாக கேட்டபோது, இவருக்குப் படபடவென்றிருந்தது. இருக்கையில் இடதுபக்கம் இருப்பவனைப் பார்த்தார். அவன் பின் திரும்பி வேறு யாரோ ஒருவனோடு பேசிக் கொண்டிருந்தான்.

மிக மெதுவாகச் சொன்னார், “வீட்டுக்குப் பெய்ங்கொண்டு உச்ச வாக்கில வெளைக்கு வாறேன்.”

“கண்டத்தில ரப்பர் காயும் சுள்ளியும் ஒக்க கேப்பாரும் கேள்வியும் இல்லாத கெடக்கிது... நாங் கொறச்சு பறக்கிக் கொள்ளட்டா?”

இடமும் வலமும் பார்த்துக்கொண்டே “ஓ” என்றார்.

பேருந்து மஞ்சாலுமூட்டில் நின்றபோது சுலோச்சனா காய்கறி கடவத்தை “யீய்...யீய்” என்று இழுத்துக்கொண்டு முன்புறப் படிக்கட்டுக்கு நகர்ந்தாள். வேட்டியை இறுக்கமாய் மடித்துக் கட்டிக்கொண்டு பைகளையும் தூக்கிக் கொண்டு கப்பள்ளி பின்புறப் படிக்கட்டிற்கு நகர்ந்தார்.

இறங்கி இரண்டு எட்டு வைக்குமுன் எதிரிலிருந்த முறுக்கான் கடையிலிருந்துகொண்டு மோகனன் நாயரின் குரல் வந்தது, “ஆ... கப்பள்ளி எறங்கினா பின்ன எடத்தையும் வலத்தையும் திரிஞ்சு பாக்காத, விட்டு அங்க நடை பிடிச்சாச்சோ?”

கப்பள்ளி திரும்பினார், “சொகந்தேனா ஓய்?”

“இல்லாத பின்ன சோக்கேடா? கண்டிட்டு எத்திற நாளாச்சு. இஞ்சோட்டு வரணும், சாயையோ வெள்ளமோ குடிச்சுங்கொண்டு போலாம்.”

முறுக்கான் கடையில் சங்கரனின் தோட்டத்தில் பால்வெட்டும் கனகராஜ் பீடி குடித்துக்கொண்டு நின்று கொண்டிருந்தான். அவனையும் பார்த்து, வானத்தையும் ஒருமுறை அண்ணாந்து பார்த்துக்கொண்டு கேட்டார், “இண்ணு காலத்த மழை தூற்றிச்சுதோ?”

பீடியை எறிந்துவிட்டு புகையையும் ஊதிவிட்டுக்கொண்டு கனகராஜ் சொன்னான், “இல்ல கப்பள்ளி”.

மழை விழுந்தால்தான் பால் வெட்டுவதில்லை எனும்போது இந்தக் காலையில் கனகராஜ் முறுக்கான்கடையில் நிற்பது குழப்பமாயிருந்தது.

“இத்திற நேரத்தையே வெட்டி முடிச்சியோ?”

கனகராஜ் பதில் சொல்லாமல் முழித்தபோது மோகனன் நாயர் குறுக்கிட்டார், “கப்பள்ளி காரியம் ஒண்ணும் அறியல்லியோ?”

“என்னத்த காரியம்?”

“சங்கரம் பிள்ள பால்வெட்டு மதியாக்கி அஞ்சு மாசம் ஆச்சில்லியா ஓய்... இப்ப சிலாட்டர் வெட்டில்லா வெட்டுதான்.”

கப்பள்ளிக்கு தலை சுழற்றிக்கொண்டு வந்தது.

“என்னத்த ஓய் பிணாத்துதீரு? பாலு வெட்டு தொடங்கிட்டு மூணரை வருசம் இல்லா ஆச்சு? மரத்துவள முறிச்சேதுக்கு சமயம் ஆவும்பம் இல்லா இருக்கேதக் கறக்கேதுக்கு சிலாட்டர் வெட்டு வெட்டுவினும்?”

“கத கொள்ளாம். மலேசியயிலேந்து இஞ்ச ரப்பர் வாற கதையொண்ணும் கப்பள்ளிக்கு அறிஞ்சு கூடாமோ?”

“சங்கரம் பய லெட்டர் இட்டும் ஆறேழு மாசம் ஆச்சு. எக்கு ஒரு பெலவழியுந் தெரியாது ஓய். மலேசியயிலேந்தோ, சிங்கப்பூரிலேந்தோ ரப்பர் வந்தா நமக்கு இப்பம் என்னா?”

“எக்க தம்புரானே!... மலேசியயிலந்து ரப்பர் எறக்கிக் கொளேக்கு சர்க்கார் ஆர்டர் குடுத்ததுக்குப் பெறவு,கம்பெனிக்காரா ஒக்க ரப்பர கப்பல்ல எறக்கினும் ஓய். இஞ்ச ரப்பர் வெல மலிஞ்சு ஒரு வருசத்துக்கும் மேல ஆச்சு. இப்பம் கிலோய்க்கு இருவத்திரண்டு ரூவா... இப்பளத்த வெலவாசிக்கு வெட்டுக்காரனுக்கு சம்பளம் குடுத்த மிச்சத்துக்கு சில்லுஞ், சிரட்டையும் வேண்டக் காணாது. அதுகொண்டு இஞ்சோடி எல்லாவனும் பால்வெட்டு மதியாக்கியாச்சு ... மனசிலாச்சா?”

கப்பள்ளி பிராந்து பிடித்தது போலக் கேட்டுக் கொண்டிருந்தார்.

“முறுக்கான் இட்டுங்கொண்டு போலாம் ஓய்”. என்று மோகனன் நாயர் கூப்பிட்டதைக்கூட காதில் போட்டுக்கொள்ளாமல் திரும்பி நடந்தார்.

வலதுகையில் தூக்கியிருந்த பலகாரப்பை நழுவி தரையில் விழுந்தது. குனிந்து எடுத்தபோது தோளில் கிடந்த துண்டு விழுந்தது. எடுத்துத் தோளில் போட்டு நிமிர்ந்தபோது மடிச்சு கட்டு தளர்ந்து வேட்டி இறங்கியது.

முறுக்கான்கடையிலிருந்து மோகனன் நாயர் கனகராஜிடம் புலம்பினார், “ரப்பர் வெல ஏறிக் கெடக்கச்சில சங்கரம் பயலும் மற்றவனுவளும் ஆடின ஆட்டம் கொறச்சா? ஒரு மரம் வச்சிருக்கிறவனப் பிடிச்சு கெட்டேதுக்கு ஒம்பது யானையில்லா வேணுமாயிருந்து? பொற்றையளில இருநூறும், முந்நூறும் ரூவாய்க்கு கெடந்த வஸ்துவள சென்டுக்கு பத்தாயிரமும் பதினைய்யாயிரமும் வச்சில்லா வேண்டிச்சினும்? பாவங்க வீடு வச்சும்பம் கதவுக்கோ கட்டளைக்கோ தடி வேண்டப் போனா, பிலாவுக்கும் அயினிக்கும் கொள்ளை வெலையில்லா கேட்டினும்.

இவனுவளுக்கத் துள்ளலொக்க மதியானதில எக்கு இப்பம் சமாதானந்தேன்.”

விளைக்கு முன்னால் ஒரு மரம் போல கப்பள்ளி வந்து நின்றார்.

ரப்பர் தோட்டம் இருளடைந்து கிடந்தது!

விளைக்குள் சிறிது தொலைவில் நின்ற ஒரு மரத்தில் சாய்ந்து கொண்டு, இரண்டு கைகளையும் கோர்த்து பின்னந்தலையில் வைத்தபடி, ஒரு காலை நிலத்திலும் ஒரு காலை மரத்திலுமாய் வைத்துக்கொண்டு மரத்தோடு மரமாய் ஒரு உருவம் நின்றது.

உற்றுப்பார்த்தார்... அது சங்கரன்தான்.

கையிலிருந்த பைகளை முள்வேலியோடு சாய்த்து வைத்துக்கொண்டு, வாசலாய் போட்டிருந்த பலகைத்தடுப்பை தள்ளிக்கொண்டு விளைக்குள் கால் வைத்தார்.

கல்யாணமான புதிதில் விளைக்குள் இறங்கி நடந்தபோது பற்றிக்கொண்ட சாம்பல் இருட்டின் பயமும், கொல்லா மர வாதையின் பீதியும் ஈரலிலிருந்து கிளர்ந்தது!

ரப்பர் மரத்திலிருந்து பெருங் கிளைகள் ஒடிந்து விழுந்து, காய்ந்து சுள்ளிகளாகக் குறுக்கும் நெடுக்குமாய் கிடந்தது.

சருகுக் கூம்பாரத்தில் முழங்கால்வரை புதைந்தது.

வெடித்துச் சிதறிய ரப்பர் காய்கள் லெட்சி – யின் கண்களைப் போல உருட்டிக்கொண்டு கிடந்தது!

முடிந்தவரைக்கும் இருக்கின்ற பாலையெல்லாம் கறந்து விடுவதற்கு அடிமூட்டிலிருந்து கிளைகள் வரை ரப்பர், பட்டை, பட்டையாக கத்தியால் குத்திக் குதறி கிழிக்கப்பட்டிருந்தது! மரத்தின் உடலிலிருந்து வெள்ளை உதிரம் பொட்டுப் பொட்டாய் துளிர்த்து, இலக்கில்லாமல் நெளிந்து வழிந்து கொண்டிருந்தது.

வேட்டை நாய்களிடம் சிக்கி, உயிர்விட்ட பிணங்களை வரிசையாக நிற்க வைத்தது போல ரப்பர் மரங்கள் நின்றது!

தாறுமாறாகக் கெடந்த சுள்ளிகளை கையால் வலிச்சு மாற்றியுங்கொண்டு கப்பள்ளி முன்னால் நடந்தார்.

மரமாய் நின்றுகொண்டிருந்த சங்கரன் இவரைப் பார்த்துவிட்டு முன்னால் நகர்ந்து வந்தபடி கேட்டான்,

“அப்பன் வாற வரத்தில வீட்டுக்குப் போவாத என்னத்துக்கு இஞ்சோட்டு வந்துது?”

கப்பள்ளி சங்கரனைப் பார்த்தார். அவனது மீசையின் ஓரத்தில் ஒரு முடி வெளுத்திருந்தது!

“சிலாட்டர் வெட்டு கழிஞ்சா என்னத்தையாக்கும் செய்யப் போற?”, கம்மிய குரலில் கேட்டார்.

“சவத்துவள ஒக்க முறிச்சுங்கொண்டு அல்பீஸோ, தேக்கோ நடணும்”.

“ம்”பெருமூச்சையும் உறுமலையும் ஒன்றாக வெளிப்படுத்திவிட்டு வடக்கு மூலைக்கு நடந்தார்.

தேங்கா முறியில் குடியேறியிருந்த ரப்பர் சீட் அடிக்கும் மெஷின் குறுகிப்போய் உட்கார்ந்திருந்தது. அதன் பளபளத்த தேகத்தில் கருந் துரு கால் நீட்டத் தொடங்கியிருந்தது.

கப்பள்ளியின் உதடுகளில் ஒரு புன்னைகைக் கோடு நீண்டு அழிந்தது.

கஸ்தூரியின் மார்பில் வேர்விட்டு நெட்டென்று நின்ற தென்னையைப் பார்த்து நடையிட்டார். நெருங்கி அந்த தென்னையைத் தொட்டுத் தடவிக்கொண்டு அண்ணாந்து பார்த்தார்.

பச்சைப் பாசி வண்ணத்தில்... நுரைக் கவளங்களாக... தேங்காய்கள் அடை பிடித்து குலைத்துத் தொங்கிக்கொண்டிருந்தது.

அடிக்கரளிலிருந்து ஒரு கேவல் எழும்ப, அந்த தென்னையை இறுக்கமாய் கட்டி அணைத்துக்கொண்டார். கஸ்தூரியின் வெளுத்த தேகத்தைப் போலவே அதுவும் வழவழவென்றிருந்தது.

காற்றுக்குச் சலசலக்கும் ஓலைகளுக்குள்ளிருந்து கசிகிறது, கஸ்தூரியின் மருதாணிக் குரல்,

“இஞ்சேருங்கா... கரையாதீங்க...”

மெழ்சி டீச்சர்

தலை கீழாகத் தூக்கி, கொதிக்கிற வெந்நீர் பீப்பாயில் முக்கி எடுத்ததுபோல... உடலின் வெடவெடப்பு அடங்க மறுத்தது! இருதயம் வெடித்து... உருகி, இரத்தத்தோடு கலக்கிறதா?!

"உக்கார்...", எதிரில் நின்று கொண்டிருக்கும் மெழ்சி டீச்சர் எனது பெயரை யோசிக்கிறார்.

"சிவ சுப்ரமண்யன்", என்கிறேன்.

"உக்கார் சிவா", கருணை ததும்பும் புன்னகையோடு சொல்கிறார்.

அவரைப் பார்த்தவுடன் எனக்குண்டான அதிர்ச்சியை ஒரு துளியும் பொருட்படுத்தாத புன்னகை.

"டீ போட்டுட்டு வர்றேன்", சொல்லியபடியே, நீண்ட ஹால் போன்ற ஓலைக் கொட்டகையின் – வீடா? பள்ளிக்கூடமா? ஆலயமா?, – ஒரு மூலையிலிருக்கும் தட்டிக்கு பின்னால் மறைகிறார்.

நான் நிதானத்திற்கு வரும்வரை எனக்கு முன்னால் நிற்க வேண்டாமென்று கருதியிருப்பார்.

மலையடிவாரத்தில், பேய் பாய்ச்சல் தளர்ந்து, மௌனமாக ஓடிக்கொண்டிருக்கும் காட்டாற்றின் கரையில், சுற்றிலும் ஓலை வேயப்பட்ட இந்த கொட்டகை அல்லது வீடு.

மலை அடிவாரத்து கிராம மக்களின் தருவைப் புல் வேய்ந்த குடிசைகள் நெடுந்தொலைவில் தள்ளியிருக்க... ஆற்றோர புறம்போக்கு நிலத்தில் இந்தக் கொட்டகை மட்டும் தனித்தபடி.

'இங்கே எப்படி மெழ்சி டீச்சர்?'

பின்னி மோசஸ்   127

நான் உட்கார்ந்திருப்பதற்கு பின்னால் வலதுபுறத்தில் கண்களில் கனிவும், உதடுகளில் மல்லிகை புன்னகையுமாய் மேரி மாதா – கையில் குழந்தை இயேசுவுடன்.

முன்னால், இடதுபுறத்து மூலையில் கொடியில் தொங்கும் வெள்ளை சேலைகள்.

பத்திற்கும் மேற்பட்ட குழந்தைகள், புதிதாக வந்திருக்கும் என்னையும், கவனித்தபடியே கொட்டைகைக்குள் ஓடிப் பிடித்து விளையாடியபடியும், சத்தமெழுப்பி சிரித்தபடியும் இருக்கிறார்கள்.

மலையடிவாரத்து மௌனத்துக்கு விரோதமாக இருந்தது அவர்களது குதூகலம்.

‘இந்தக் குதூகலம் மெழ்சி டீச்சருக்கு கூட விரோதமானதாயிற்றே?’

ஒரு சிறுவன் உரிமையோடு என்னிடம் வந்து கேட்கிறான்,

“மாமா நீங்க டீச்சருக்கு சொந்தமா?”

“இல்ல கண்ணா... நான் அவரோட ஸ்டூடன்ட்.”

“அதெப்டி இவ்ளோவ் பெரிய ஸ்டூடன்ட்?”

“பத்து வருசத்துக்கு முந்தியே நான் அவருக்கு ஸ்டூடன்ட்... புரிஞ்சுதா?”

“ம்”, என்று தலையாட்டியபடி என்னை ஆச்சரியமாய் பார்த்தபடி சிறுவன் மறுபடி கேட்டான்,

“டீச்சருக்கு நீங்க எதுவுமே வாங்கிட்டு வரலியா?”

இல்லை என்று சொல்ல கூச்சமாக இருக்கிறது. இங்கே வருபவர்கள் டீச்சருக்கோ அல்லது இந்தக் குழந்தைகளுக்கோ ஏதாவது வாங்கிக் கொண்டு வரும் வழக்கமிருக்கலாம்.

வனத் துறை அதிகாரியாக இந்த ஊருக்கு பொறுப்பேற்று வந்த ஒரு மாதத்திற்கு பிறகு, இரண்டு நாள்களுக்கு முன்னால் ஜீப்பில் சென்று கொண்டிருக்கையில், கிராமத்தின் கிறிஸ்தவ ஆலயத்தினின்று வெளியேறிப்போன ஒரு பெண்மணியைப் பார்த்தபோது மனதிற்குள், பழகிய முகம் போல ஒரு பதற்றம் முளைத்தது.

மரம் வெட்ட வருகிற ஒரு ஊர்காரனிடம் அடையாளத்தை சொல்லி விசாரித்த போது பாதி புரிந்தும், பாதி புரியாமலுமிருந்தது.

நேரடியாக வந்து பார்த்தால்...

பள்ளிக்கூடப் படிப்பு முடிந்த வேகத்தோடு, நான் படித்துக் கொண்டிருந்த ஊரிலிருந்து அப்பாவிற்கும் வேறு ஊருக்கு மாற்றலாகிவிட... பத்து வருடத்திற்கு மேல் கடந்த, சந்திப்பு.

'இந்த சந்திப்பு நிகழாமலே இருந்திருக்கலாம்.'

"என்ன யோசனை சிவா?", எதிரில் மெழ்சி டீச்சர். டீ தம்ளரை எனக்கு முன்னால் மேசையில் வைத்தபடி எதிரில் உட்கார்ந்தார்.

ஒரு குழந்தை ஓடி வந்து அவரது மடியில் விழுந்தபடி கேட்டது, "டீச்சர், ஒண்ணு கூட சைபரை கூட்டினா ஒண்ணுதானே?"

"ஆமா"

அவர் குழந்தையிடம் கொஞ்சலாய் பேசுகிற நேரத்தில் அவரை கவனித்தேன்.

முகம் உப்பிப் பருமனாகியிருக்கிறது. அம்மை வடுக்களாய் முகம் நிறைந்த கரும் புள்ளிகள்! கழுத்துப் பகுதியில் ஊளைச் சதை திரண்டிருக்கிறது!

உடல் ஊதலாகி தளதளத்துப் போயிருக்கிறது. இடது கையைவிட வலது கை பருத்துத் தடிமனாய், ரவிக்கையை நெரித்துக் கொண்டு காற்றடைத்த பலூன் போல...

மொட்டையடித்தபின் வளர்ந்திருக்கும் தலைமுடி!

"ஒண்ணை சைபரால பெருக்கினா?" குழந்தை கொஞ்சலாய் கேட்டது.

"ஒண்ணுமேயில்ல."

அவர் வலது கையால் குழந்தையின் தலையை வருடுகையில்... 'அவரது வலதுபுறத்து மார்பு?'...

உதட்டிற்கு மேலாக தூக்கிய தம்ளரினின்று சூடான டீயை மூக்கில் ஊற்றிக் கொண்டேன். நடுங்கிய கையினின்று நழுவிய தம்ளர் மேசையில் விழுந்து சில்லுகளாய் சிதறியது!

பதறி எழும்பினார், "என்னாச்சு சிவா?"

"கொஞ்சம் வெளிய போயிட்டு வந்திர்றேன்." விர்ரென்று எழும்பி கொட்டகையைவிட்டு ஆற்றோரத்திற்கு வருகிறேன்.

மரக் கிளைகளில் குரங்குகள் தாவிக் கொண்டிருந்தது. காட்டுப் பறவைகளின் "கீச், மூச்' சிற்கு இடையே, எதையோ தொலைத்த ஒரு கருங்குயிலின் சோக கீதம்.

ஆற்றிற்கிடையே திட்டுத் திட்டாய் எழும்பியிருந்த கரும்பாறைகளில் சொரசொரப்பு மழுங்கியிருந்தது. அவற்றின் கூழாங்கல் வழ வழப்பிற்கு மேலே இளம்பச்சையாய் படர்ந்திருக்கும் பாசித் திரை.

தூரத்தில்...

காட்டருவியின் பேரிரைச்சல்!

ஒன்பதாவது வகுப்பாசிரியையான மெழ்சி டீச்சர், அப்போதே... குதிகாலுயர்ந்த செருப்பணிந்து, முன்தின நாள்தான் அறிமுகமாயிருக்கும் புத்தம் புதிய டிசைனில் புடவை கட்டிக்கொண்டு, 'தட்,தட்', என அதிரும் நடையோடு வகுப்பறைக்குள் நுழைந்து, கையிலிருக்கும் பிரம்பால் மேசையில் ஒரு தட்டு தட்டிவிட்டு, 'சைலன்ஸ் ப்ளீஸ்', என்று கத்தும் போது, தெறிக்கும் கட்டளையின் செருக்கு.

முதல் மணி அடித்ததுமே வகுப்பு நிசப்தமாகிவிடும். வகுப்பிற்குள் ஒரு மயிற் பீலி விழுந்தால் கூட அவருக்குத் தெரியும். பிறகு... பிரம்புதான் பேசும்.

அடிவாங்குவதற்கென்றே தயாரெடுத்து வந்தவன் போல கடைசி பெஞ்சிலிருந்து குசுகுசுக்கும் பிரவீண் மட்டும் ஒரு வகுப்பு விலக்கு.

தினமும் டீச்சரிடமிருந்து அடிவாங்குவதில், அல்லது வகுப்பைவிட்டு வெளியேற்றப்படுவதில் சுகம் காண்கிற ஒரு குரோதம் அவனுக்குள் இருந்திருக்கலாம்.

இண்டர்வெல் நேரத்தில் மைதானத்திற்கு போகும் போது பிரவீணை சுற்றி ஒரு கூட்டம் இருக்கும். பிரவீண் பேசுவதெல்லாம் மெழ்சி டீச்சரைப் பற்றித்தான். கேட்கக் காது கூசுவதாக இருந்தாலும் கேட்கத் துடிக்கும் ஆவலையும் அடக்க முடிந்ததில்லை.

'தான் இதுவரை பார்த்த திரைப்படங்களில் டீச்சரைப்போல அழகான நடிகை யாருமில்லை,' என்று சொல்வான்.

'எந்த கலர்ல சேலை கட்டினாலும் அவருக்கு மட்டும்தான் எடுப்பா இருக்கும்' என்பான்.

'கவனிச்சிருக்கியா... பன்ரெண்டாம் கிளாஸ், கெமிஸ்ட்றி வாத்தியார் ஜஸ்டினுக்கும், டீச்சருக்கும் ஒரு 'இது', என்பான்.

'அது என்ன இதுவோ?'

தலைக்குள் தங்காத ஆங்கில கவிதையை மனப்பாடம் செய்யும் போது, அடர்ந்த கூந்தலோடும் கூரிய விழிகளோடும், அந்த மஞ்சள் முகம் புத்தகத்தில் விரிந்து முறைத்துவிட்டுப் போகும்.

மெழ்சி டீச்சர் நடந்து போகும்போது, அவருக்கு பின்னால் பெண் டீச்சர்கள் இரண்டு பேர் நடந்து போவதாக இருந்தால், அவரை சுட்டிக் காட்டி காதோடு காதாய் எதுவாவது பேசிகொண்டுதான் செல்வார்கள். சில பேர் எதிரில் வருகிறபோது முகம் வெட்டித் திருப்பிக்கொண்டு செல்வதையும் கவனித்ததுண்டு.

ஆண் ஆசிரியர்கள் டீச்சரிடம் வலிய வந்து பேசுவார்கள். கவச குண்டலம்போல, கையில் பிரம்போடு அலைந்து கொண்டிருக்கும் கடுகடுத்த கணக்கு ஆசிரியர் கூட அவருக்கு முன்னால் களிமண்ணாய் குழைந்து நிற்பார்.

கருவண்டாய்... கண்கள் டீச்சரது கழுத்துக்குக் கீழே கிடந்து உருளும்.

'நேருக்கு நேராய் அவரது கண்களை பார்த்து பேச முடியாதோ?'

உச்சிப்பகலின் வெளிச்சமாய் அவரது முகத்தில் எப்போதும் ஒரு பிரகாசம்... கண்கள் கூசும்.

வகுப்பில் மாணவர்கள் யாரிடமும் தனிப்பட்ட முறையில் அவர் சிரித்துப் பேசி பார்த்ததில்லை. வகுப்பு லீடர் என்பதற்காக ஒரு முறை அவருக்கு பிரம்பு வாங்கிக்கொண்டு வந்து கொடுத்துவிட்டு, "ஒரு நாள் முழுக்க எண்ணையில ஊறப்போட்டு, நெருப்பில வாட்டி எடுத்திட்டு வந்தேன் டீச்சர்.", என்று நான் நல்ல பிள்ளையாய் சொன்னபோது,

'அப்ப கைய நீட்டு... வலிக்குதா பார்க்கலாம்" என்று சொல்லிவிட்டு தலை சாய்த்து புன்னகைத்தார்.

"அப்பா... அந்த புன்னகையில் எவ்வளவு கர்வம்?' கண்களில் திமிறித் தெறிக்கும் மமதை.

'நுங்கு மண்டை' என்று மாணவர்களிடையே பேர் பெற்று திகழும் தலைமையாசிரியருக்கு வணக்கம் சொல்லும்போது கூட கூப்பிய கைகளில் கூடாரம் போட்டிருக்கும் அலட்சியம்.

அவருக்கு நிறைய பட்டப் பெயர்கள்.

'ங்ணிங், ங்ணி.' என்று சிரிப்பதால் 'சைக்கிள் பெல்.' சிரிக்கும்போது அவரை கவனிக்காமல் இருக்க முடியாது.

சின்ன துள்ளலோடு, குதிப்பதுபோல நடப்பதால் ‘ஸ்பிறிங்’, கைப் புயத்துச் சதையைப் பிடித்து கிள்ளி திருமுவதால் ‘கட்டிங் பிளேயர்’.

கட்டிங் பிளேயர் பிரவீண் வைத்த பெயர்.

கிள்ளு வாங்கியபிறகு பார்த்தால் கைப்புயத்தின் தடுப்பூசித் தழும்பிற்குக் கீழே, முந்திரி ஆடை போல மேல் தோல் உரிந்து பிசிறாகியிருக்கும்.

ஆங்கிலப் பாடத்திற்கு ஒரு முறை சிவப்பு மையால் மதிப்பெண் வாங்கியபோது அவரிடமிருந்து கிள்ளு வாங்க வேண்டி வந்தது. அரைக் கை சட்டைக்குள் அவர் விரல்களை நுழைத்து... கைப் புயத்தின் சதைப் பிடிப்பான சுண்டெலி திரட்டை தடவிப் பிடித்து... ஆட்காட்டி விரலுக்கும் பெருவிரலுக்குமிடையில் சிக்கிய தோல் பகுதியை திருமி எடுக்கையில் ஒரு வினோத வலியை முதல் முறையாய் உணர்ந்தேன்.

வெள்ளிக் கத்தி ஒன்று உடலெங்கும் அறுத்துக் கிழித்தது. அவரையே வெறித்துக் கொண்டிருந்த எனது விழிகளை கவனித்து... சட்டென்று திருமுவதை விட்டுவிட்டு மேசையிலிருந்த பிரம்பெடுத்து ‘சுள்’ளென்று தொடையில் இரண்டு அடி வைத்துவிட்டுச் சொன்னார்,

“தொலைச்சுருவேன் ராஸ்கல்... போய் உட்கார்.”

தடித்துச் சிவந்த அந்த காயம் ஆற வெகுநாள் பிடித்தது.

பனிரெண்டாம் வகுப்பில் பள்ளிக் கூடத்திலேயே முதல் மாணவனாகத் தேறி, மதிப்பெண் சான்றிதழை ஒவ்வொரு ஆசிரியரிடமும் காட்டி பாராட்டுப் பெற்ற பெருமிதத்தோடு மெழ்சி டீச்சரிடம் வந்தேன்.

சான்றிதழை வாங்கிப் பார்த்துவிட்டுக் கேட்டார்,

“இங்கிலீஸ்க்கு நூத்தி இருபத்து மூணா?”

நான் தலை கவிழ்ந்து நின்றேன்.

“இங்கிலீஸ்ல நல்ல மார்க் வாங்காம நீ ஸ்கூல் ஃபர்ஸ்ட் வாங்கினதுல என்ன பிரயோஜனம்?”

எனது முகம் கறுத்துச் சுருங்கியதை பொருட்படுத்தாமல் சான்றிதழை தந்துவிட்டு நகர்ந்துவிட்டார்.

“சிவா”

திரும்பினால், டீச்சர் நின்று கொண்டிருந்தார்.

"கொஞ்ச தூரம் நடந்திட்டு வரலாமா?", கேட்டபடி நடக்கத் தொடங்கினார்.

மரக் கிளையினின்று வழிந்து கொண்டிருக்கிறது குயிலின் கீதம். 'அந்தக் குயிலுக்கு சோகங்கள் அலுத்துப் போவதில்லையா?'

"கல்யாணம் ஆயிருச்சா சிவா?"

"ஆயிரிச்சு டீச்சர்... லவ் மேரேஜ். றீனாவுக்கு நல்ல திறமையும், அறிவும்... எனக்குப் புடிச்சுது... வீட்டுக்குப் புடிக்கல. றீனா நல்ல அழ..."

"ஏம் முழுங்கிட்ட?"

"...இல்ல."

நீண்ட மௌனம் எங்களோடு கைகோர்த்து நடந்தது.

"என்னைப் பத்தி நான் எதுவுமே சொல்லாமப் போனா அதுவே உனக்கு பெரிய பாரமாயிரும்... இல்ல?"

"..."

"ஒரு கிராம் நகைகூட போட வேணாம்... கட்டினா உன்னைத்தான் கட்டிப்பேண்ணு பழியா அலைஞ்சா ஒரு பணக்கார வக்கீல் கூட எனக்குக் கல்யாணம் ஆயிரிச்சு... நானும் நல்ல அழகா இருந்தேனாம்!"

பெரும் சோகத்தை புதைத்தபடி அவரது மிக இயல்பான குரல்.

"ஒரு ஆண் குழந்தையும் பிறந்து... அடுத்த இரண்டாவது வருசத்தில கேன்சர் இருக்கிறதும் தெரிஞ்சது! 'கீமா தெரபி' சிகிட்சை, அது இதுன்னு ஆறு மாசத்துக்கு மேல ஆஸ்பத்திரியிலேயே இருந்து ரொம்ப தளர்ந்து போயிட்டேன். மொட்டை அடிச்சு... திடீர்னு சிரங்கு மாதிரி உடம்பெல்லாம் புண்ணாகி... வலது பக்கத்து மார்பையும் எடுக்க வேண்டியதாச்சு!

வார்த்தைகளில் துளியும் கூச்சமில்லை. 'ஒளித்து வைக்காத இடத்தில் ஆபாசமேது?'

"அவர் நல்லவர்தான்... இல்லேன்னா இலட்சக்கணக்கில செலவு பண்ணி ஆஸ்பத்திரியில வெச்சுப் பார்த்திருப்பாரா? ஆனா என்னை அப்டி ஒரு கோலத்தில பாத்திட்டிருக்க அவருக்குப் பிடிக்கல. எங் குழந்தையைத் தூக்கி வெச்சு நாங் கொஞ்சுறதுகூட அவருக்குச் சகிக்க முடியாததாப் போச்சு. கொஞ்ச நாள் பொறுத்து, எங்க குழந்தையைப் பார்த்துக்க

ஒரு ஆள் பார்த்து வச்சிருக்கேண்ணு சொன்னார். இன்னுங் கொஞ்ச நாள் பொறுத்து குழந்தையையும் தூக்கிட்டுப்போய், பக்கத்து ஊர்லயே ஒரு பொண்ணு கூட குடித்தனம் பண்ணத் தொடங்கிட்டார்!"

"அயோக்கிய மிருகம்... அவன சும்மாவா விட்டீங்க?"

"ஏன்? வேற என்ன பண்ணியிருக்கணும்?"

"அந்தப் பொறுக்கி மேல கேஸ் போட்டிருக்கலாமே?"

"எதுக்கு?"

எனது கொதிப்பின் மீது 'சள்'ளென்று நீரடிப்பதுபோல் அவரது பார்வை. கை விரல்கள் ஜெப மாலையின் மணிகளை உருட்டி மந்திரம் சொல்லிக் கொண்டிருந்தது.

"ஊர்ல எல்லாரும் என்னைப் பார்த்து பரிதாபப்பட்டாங்க. அப்டி பரிதாபப்படுறதில அவங்களுக்கொரு திருப்தி இருந்திச்சு... 'இவளுக்கு இது பத்தாதுங்கிற மாதிரி!' வீட்டுக்குள்ளயே அடைஞ்சு கிடந்து, பைத்தியம் பிடிச்சிருமோண்ணு பயம் வந்தப்ப ஊரை விட்டுக் கிளம்பி கோயில் கோயிலா சுத்த ஆரம்பிச்சேன். தர்கா, தேவாலயம், கோயில்னு எல்லா கடவுளோட வாசல்லயும் போய் கதறி அழுதும் கூட மனசுக்கு நிம்மதி கிடைக்கல. கடைசியா இங்க வந்து சேர்ந்தேன். இங்க ஒவ்வொரு வீட்டுக்கும் போய் குழந்தைகள கூட்டிட்டு வந்து பாடம் சொல்லிக் குடுத்திட்டிருக்கேன். இந்த கிராமத்து மக்களாப் பார்த்து கொடுக்கிற பொருள்களே என்னோட தேவைக்கு அதிகமா இருக்கு. இந்த நிம்மதிக்கும், சந்தோசத்துக்கும் ஈடா வேற என்ன இருக்கு!"

"அப்ப உங்க குழந்தை...", இழுத்தேன்.

"இந்த கிராமத்தில இருக்கிற எல்லாக் குழந்தையுமே என்னோட குழந்தைங்க தான்,".

துணிந்து,அவரது கண்களை முதல் முறையாய் நேருக்கு நேராய் சந்தித்தேன்.

அந்த முகத்தில் அந்தி மாலையின் பொன்னிற வெளிச்சம். கண்கள் கூசவில்லை. நெஞ்சில் ஈரமாய் படர்கிறது!

தலை சாய்த்து மெல்லிதாய் புன்னகைத்தார்.

அப்பா... அந்த புன்னகையில் எவ்வளவு சாந்தம்...!